Tại sao sự giải thoát thất bại — và cách ngọn lửa của Chúa phục hồi linh hồn:

40 Lời Tuyên Bố Hàng Ngày Cho Sự Giải Thoát Toàn Diện

Qua

Đại sứ Thứ Hai O. Ogbe ; Tiện nghi Ladi Ogbe ; Zacharias Godseagle

Mục lục

Trang bản quyền

Tiêu đề:
Tại sao sự giải thoát thất bại — và cách ngọn lửa của Chúa phục hồi tâm hồn: 40 lời tuyên bố hàng ngày cho sự giải thoát toàn diện
Tác giả:
Zacharias Godseagle
Đại sứ Monday O. Ogbe
Comfort Ladi Ogbe
Nhà xuất bản:
Nhà xuất bản Zacharias Godseagle
hợp tác với God's Eagle Ministries (GEM)
Otakada.org | WealthBeyondWorrySeries.com

Thiết kế bìa: Đơn vị sáng tạo của God's Eagle Ministries
Thiết kế nội thất & Bố cục: Nhóm biên tập & sản xuất GEM
Xuất bản bởi:
Bộ Truyền giáo Đại bàng của Chúa (GEM)
Số 8, Khu dân cư Sahaba, Lugbe, Abuja, Nigeria
Email: info@otakada.org | ambassador@otakada.org
Trang web: www.otakada.org[1]

Được in và phân phối trên toàn thế giới thông qua
Zacharias Godseagle và các ấn phẩm của God's Eagle Ministries

1. http://www.otakada.org/

Về cuốn sách - Tại sao sự giải thoát thất bại — và cách ngọn lửa của Chúa phục hồi tâm hồn: 40 tuyên bố hàng ngày để giải thoát toàn diện

Sự giải thoát không bao giờ có nghĩa là một cánh cửa xoay - hôm nay tự do, ngày mai bị ràng buộc.

Nó được thiết kế để trở thành di sản vĩnh viễn của người tin Chúa: "Vậy nếu Con giải phóng các ngươi, thì các ngươi sẽ thật sự được tự do." — Giăng 8:36

Cuốn sách này được viết cho mọi Cơ Đốc nhân đã từng chiến đấu trong những trận chiến vô hình, chiến thắng trong giây lát, rồi tự hỏi tại sao cuộc đấu tranh lại tái diễn.

Dành cho những tín đồ ăn chay cầu nguyện nhiều ngày nhưng vẫn cảm thấy bị giày vò bởi cùng một sự đau khổ.

Điều này dành cho vị mục sư đặt tay trên người khác nhưng thực ra lại cần bàn tay Chúa đặt trên họ.

Và dành cho những ai đã chán ngán những câu trả lời hời hợt, khao khát sự thay đổi lâu dài.

Trái tim của cuốn sách này

Tại sao sự giải thoát thất bại — và cách ngọn lửa của Chúa phục hồi linh hồn không phải là một cuốn sách hướng dẫn phương pháp khác; đó là một hành trình chuyển đổi.

Thông qua bốn mươi lời tuyên bố hàng ngày, bạn sẽ xây dựng lại bức tường bên trong cuộc sống của mình cho đến khi không còn chỗ cho bóng tối quay trở lại.

Mỗi lời tuyên bố đều mời gọi ba điều:

1. Ăn năn — đóng lại cánh cửa tội lỗi đã mở.

2. Đổi mới — lấp đầy ngôi nhà trái tim bạn bằng Lời Chúa.

3. Cai trị — bước đi mỗi ngày trong thẩm quyền mà Chúa đã ban cho bạn.

Đây không phải là một bài đọc thụ động; mà là một bài tập tâm linh biến thần học thành lời chứng.

Mỗi lời cầu nguyện đều được đúc kết từ Kinh Thánh. Mỗi câu chuyện đều hướng đến chiến thắng.

Và mỗi lời tuyên bố mỗi ngày sẽ xây dựng lại bức tường lửa xung quanh số phận của bạn.

Ba câu chuyện có thật đã truyền cảm hứng cho tác phẩm này

1. Người nhạc sĩ đánh mất bài hát của mình

Ông đã từng dẫn dắt một buổi lễ khiến mọi người phải khóc. Rồi những giấc mơ kỳ lạ bắt đầu - những bàn tay bóp nghẹt giọng nói của ông, những cái bóng chế giễu lời ngợi khen của ông.

Ông chạy từ cuộc họp này sang cuộc họp khác để tìm kiếm sự giải thoát, nhưng sự im lặng ngày càng tăng.

Một đêm nọ, khi đọc Luca 4, nơi Chúa Giê-su phán rằng "Có lời chép rằng", ông nhận ra sự thật: ông đã học cách hát về Chúa nhưng không học cách nuôi dưỡng Lời Ngài.

Ông bắt đầu đọc Kinh Thánh lớn tiếng mỗi ngày—từng Thi Thiên một. Vài tuần sau, những giấc mơ kết thúc và giai điệu lại vang lên.

Sự giải thoát đến không phải bằng tiếng ồn mà bằng sự nuôi dưỡng.

2. Người phụ nữ đóng nhầm cửa nhưng lại để cửa khác mở

Cô đã phá hủy những bức tượng mà bà ngoại tặng cho cô, nhưng những cơn ác mộng hành hạ vẫn tiếp tục.

Trong quá trình tư vấn, Chúa Thánh Thần đã vạch trần một cánh cửa bí ẩn – chứng nghiện tiểu thuyết và phim giả tưởng đen tối của cô.

Bà đã ăn chay, đốt những vật dụng đó và thay thế chúng bằng nhạc thờ phượng và Kinh thánh.

Đêm đó, lần đầu tiên sau nhiều năm, cô ngủ ngon giấc.

Sự giải cứu không thất bại vì Chúa yếu đuối; nó thất bại khi người tin Chúa để cửa sổ mở.

3. Vị Mục sư trẻ cố gắng cầu nguyện mà không cần lửa

Ông rao giảng về sự giải thoát nhưng lại âm thầm đấu tranh với chứng trầm cảm.

Một buổi sáng nọ, ông đọc Rô-ma 12:1–2: "Hãy biến đổi bởi sự đổi mới của tâm trí mình."

Ông ngừng tìm kiếm quyền lực và bắt đầu tìm kiếm sự đổi mới—ăn chay không phải để ma quỷ chạy trốn mà để Lời Chúa ngự trị dồi dào.

Trong vòng vài tháng, giọng nói của ông đã thay đổi, đức tin của ông sâu sắc hơn, và những người từng tìm đến ông để được giúp đỡ giờ đây đã tìm thấy sự chữa lành dưới bóng ông.

Khi bàn thờ cháy trở lại, tự do sẽ theo sau.

Tại sao cuốn sách này quan trọng

Bởi vì nhiều tín đồ ngày nay biết cách cầu nguyện, nhưng ít người biết cách giữ được sự tự do.

Chúng ta chạy theo sự kiện nhưng lại bỏ quên cuộc gặp gỡ.

Chúng ta chống lại bóng tối nhưng lại quên nuôi dưỡng ánh sáng.

Và trong khoảng cách giữa chiến thắng và duy trì, kẻ thù sẽ xây dựng lại tổ của mình.

Cuốn sách này sẽ lấp đầy khoảng trống đó.

Nó không chỉ đuổi đi mà còn dạy bạn cách chiếm giữ.

Nó không chỉ phơi bày những điều sai trái mà còn chỉ ra cách để duy trì sự đúng đắn.

Bạn sẽ học cách bảo vệ tâm trí mình như một pháo đài, nuôi dưỡng tinh thần như một ngọn đèn và sống mỗi ngày như ngọn lửa không thể dập tắt.

Lời cuối cùng

Mỗi chương, mỗi câu, mỗi lời tuyên bố là một bàn thờ đá trong tay bạn.

Nếu bạn xây dựng một cách kiên trì, bạn sẽ thấy những gì Ê-li đã thấy — ngọn lửa của Chúa thiêu rụi của lễ và làm kẻ thù im lặng.

Tự do không còn xa vời; nó chỉ cách một lời tuyên bố.

Hãy để cuốn sách này là que diêm trong tay bạn.

Hãy mở những trang sách với đức tin, cầu nguyện bằng lời lẽ chân thành và chứng kiến Lửa của Chúa phục hồi tâm hồn bạn.

BÌA SAU BÌA MỀM MÔ TẢ

Tại sao một số tín đồ có được chiến thắng tạm thời—rồi lại rơi vào những trận chiến vô hình tương tự?

Họ cầu nguyện, ăn chay, khóc lóc, nhưng bóng tối dường như vẫn quay trở lại.

Họ thoát ra được một lúc, chỉ để thấy những sợi xích đó đang chờ đợi ở một hình dạng khác.

Câu trả lời không phải là quyền năng của Chúa đã giảm đi—mà là nhiều người đã học cách loại bỏ chứ không phải xây dựng.

Sự giải thoát sẽ thất bại khi nó kết thúc ở bàn thờ mà không bao giờ chạm đến trái tim.

Tự do không phải là sự vắng mặt của ma quỷ; mà là sự hiện diện của Lửa, Lời và Thánh Linh bên trong.

Trong cuốn sách mang tính đột phá này, Tại sao sự giải thoát thất bại — và Ngọn lửa của Chúa phục hồi tâm hồn như thế nào, bạn sẽ khám phá ra rằng:

Đức tin không có sự thông công sẽ mất đi sức mạnh.

Sự vâng lời mạnh hơn dầu.

Sự gần gũi duy trì những gì mà thẩm quyền bắt đầu.

Sự đổi mới của tâm trí chính là chiến trường thực sự.

Câu "Có lời chép rằng" mà Chúa Giê-su đã dùng vẫn có tác dụng làm im lặng sự cám dỗ ngày nay.

THÔNG QUA 40 TUYÊN bố hàng ngày để được giải thoát toàn diện, bạn sẽ:

Đóng những cánh cửa cũ và mở ra những chiều kích mới của ân sủng.

Thay thế nỗi sợ hãi bằng lửa và sự bối rối bằng sự sáng suốt.

Xây dựng lại bức tường bên trong của đức tin, kỷ luật và lòng sùng kính.

Hãy bước đi trong sự tự do lâu dài và sự thân mật mới mẻ với Chúa.

LỜI NÓI ĐẦU

"Đức Chúa Trời chúng ta là ngọn lửa thiêu đốt." — Hê-bơ-rơ 12:29 (KJV)

Cuốn sách này không ra đời từ lý thuyết mà từ chiến tranh.

Nó được viết trong những lúc cầu nguyện, trong những đêm mất ngủ, và trong những khoảnh khắc ngọn lửa của Chúa cháy sâu hơn những gì lời nói có thể diễn tả.

Mỗi lời tuyên bố, mỗi câu thơ, mỗi trang sách đều mang theo âm thanh của sự giải thoát — không phải tiếng ồn của tôn giáo, mà là tiếng vọng của sự cứu chuộc.

Sự giải cứu không phải là hiện tượng xa lạ đối với người tin Chúa; đó là di sản hằng ngày của mọi người bước đi với Chúa.

Thập giá không chỉ là nơi tha thứ; mà còn là nơi tự do.

Chúa Giê-su không chỉ chết để cứu chúng ta khỏi tội lỗi, mà còn để khôi phục quyền thống trị, phẩm giá và mối tương giao hằng ngày với Chúa Cha.

Tuy nhiên, nhiều người yêu mến Chúa vẫn thấy mình bị mắc kẹt trong những nhà tù vô hình - chu kỳ của sự sợ hãi, bối rối, ham muốn, trì trệ và mệt mỏi về mặt tinh thần.

Họ cầu nguyện, ăn chay và khóc lóc, nhưng xiềng xích vẫn còn đó.

Đây là lý do tại sao 40 Tuyên bố hàng ngày này tồn tại **: để giúp bạn vượt qua sự giải thoát dựa trên sự kiện để tiến tới sự chuyển đổi bền vững.**

Không phải lời cầu nguyện lớn tiếng mới có thể phá vỡ ách thống trị, mà là sự đồng điệu của trái tim và sự thật dưới ngọn lửa của Chúa Thánh Thần.

Ngọn lửa này thanh lọc chứ không hủy diệt.

Nó tiết lộ chứ không phải lên án.

Nó đốt cháy tàn dư của sự ràng buộc tổ tiên, sự mệt mỏi về mặt tinh thần và các hệ thống biển tìm cách làm ô nhiễm tâm hồn con người.

Đó chính là ngọn lửa đã thiêu rụi của lễ trên bàn thờ của Ê-li, thanh tẩy môi miệng của Ê-sai và ban sức mạnh cho các môn đồ vào sáng Lễ Ngũ Tuần.

Ở đây, bạn sẽ không tìm thấy những nghi lễ phức tạp - chỉ có Lời Chúa sống động, được tuyên xưng, tin tưởng và sống theo mỗi ngày.

Bạn sẽ không tìm thấy những lời cầu nguyện đầy sợ hãi, mà là những lời tuyên bố đầy đức tin giúp đổi mới tâm trí, chữa lành tâm hồn và củng cố đức tin của người tin trên Tảng Đá là Chúa Jesus Christ.

Khi bạn thực hiện bốn mươi điểm cầu nguyện này mỗi ngày, Lời Chúa sẽ trở thành tấm gương, Thánh Linh sẽ trở thành ngọn lửa và Huyết sẽ trở thành sự che chở cho bạn .

Giọng nói của bạn sẽ lấy lại được uy quyền.

Những giấc mơ của bạn sẽ được thanh lọc.

Tâm trí bạn sẽ được đổi mới.

Và linh hồn của bạn sẽ thăng thiên lên nơi mà Chúa Kitô đã đặt bạn ngồi - cao hơn mọi quyền lực và thế lực.

Bạn sẽ không còn chiến đấu trên mặt đất nữa; bạn sẽ chiến đấu để giành chiến thắng.

Vì Đấng đã gọi anh em là thành tín, và lửa của Ngài vẫn chiếu trên các bàn thờ sẵn lòng.

Chào mừng bạn đến với mùa giải cứu hoàn toàn và sự phục hồi thiêng liêng.

Chào mừng đến với ngọn lửa giúp bạn trở nên trọn vẹn.

CỐNG HIẾN

Gửi đến mọi tín đồ đã chiến đấu trong những trận chiến vô hình với nước mắt trên gối nhưng vẫn không chịu bỏ cuộc.

Gửi đến mọi tâm hồn đã ăn chay, cầu nguyện và tự hỏi: "Tại sao cuộc đấu tranh lại quay trở lại?"

Gửi đến những chiến binh đã đứng trên bàn thờ giải thoát nhưng vẫn mong muốn có được hòa bình lâu dài — cuốn sách này dành cho bạn.

Gửi đến những người cầu bầu đang mang gánh nặng của các quốc gia và gia đình trong lời cầu nguyện bí mật,

cho những người đã mất ngủ đấu tranh cho tự do của người khác,

Gửi đến mọi mục sư, nhà truyền giáo và mục sư đã nhìn thấy ngọn lửa le lói trong đôi mắt mệt mỏi — ngọn lửa này cũng là của các bạn.

Gửi đến những người tan vỡ nhưng vẫn tin tưởng,

cho những người mạnh mẽ vẫn còn khóc,

và những người được gọi vẫn đang chờ đợi —

Mong rằng những lời này sẽ nhắc nhở bạn rằng Chúa, Đấng đã kêu gọi bạn vào trận chiến, sẽ không để bạn không chiến thắng.

Cuốn sách này được dành tặng cho Hội Thánh Còn Lại —

những người không cúi lạy Ba-anh cũng không thỏa hiệp với bàn thờ;

những người sẽ sống như ngọn lửa trong một thế giới đang ngày càng lạnh giá.

Bạn là ngọn đuốc trong tay Ngài,

tia lửa sẽ thắp sáng những ngôi nhà, thành phố và quốc gia bằng vinh quang của Ngài.

Nguyện ngọn lửa cháy trong những trang sách này tìm đến bạn, lấp đầy bạn và chảy qua bạn - cho đến khi thế giới biết rằng Chúa của chúng ta vẫn đáp lời bằng lửa.

LỜI CẢM ƠN

Gửi đến Chúa Thánh Thần, Người Bạn Đồng Hành và Người Thầy vĩ đại nhất của tôi —

Bạn là Ngọn lửa đằng sau mỗi lời nói, là Giọng nói đằng sau mỗi lời thì thầm và là Sức mạnh đằng sau mỗi chiến thắng.

Nếu không có Ngài, những trang giấy này chỉ là những trang mực trống rỗng; với Ngài, chúng sẽ bừng cháy sức sống.

Cảm ơn Chúa vì mọi sự mặc khải, mọi đêm cầu nguyện, mọi gánh nặng đã biến thành bước đột phá.

Mọi vinh quang đều trở về với Ngài.

Gửi đến Chúa Jesus Christ, Ngôi Lời Hằng Sống và là Đấng dẫn dắt sự cứu rỗi của chúng ta —

Sự vâng lời của Chúa đã phá hủy công việc của bóng tối, Huyết của Chúa đã niêm phong sự tự do của chúng con, và sự phục sinh của Chúa đã bảo đảm quyền thống trị của chúng con.

Xin cho công việc này mang lại cho nhiều người không chỉ sự giải cứu mà còn sự tương giao hằng ngày với Ngài.

Gửi đến Cha của Ánh sáng, người đã là Khiên chắn, Nguồn cội và Đấng nâng đỡ tôi —

Mọi sự hiểu biết, mọi phép lạ, mọi lời chứng trong những trang này đều xuất phát từ lòng thương xót của Ngài.

Cảm ơn Chúa vì đặc ân được phục vụ như một phương tiện truyền tải chân lý của Ngài trong thế hệ này.

Gửi đến những người đã đứng trong khoảng trống - những người cầu thay, mục sư và bạn bè -

người đã cầu nguyện, ăn chay và mang gánh nặng tâm hồn cùng tôi:

Lòng trung thành của bạn là một phần của ngọn lửa đã tạo nên cuốn sách này.

Xin cho công việc thầm kín của bạn được tỏa sáng trước mặt Chúa.

Gửi đến những người đàn ông và phụ nữ có câu chuyện truyền cảm hứng cho những trang này

những người đã vật lộn suốt đêm và giành chiến thắng vào lúc bình minh —

Lời chứng của bạn chứng minh rằng sự giải cứu không phải là một huyền thoại mà là một phép lạ vẫn xảy ra khi Lời Chúa gặp đức tin.

Gửi đến cộng đồng tín đồ toàn cầu đang đọc bài viết này —

bạn chính là lý do cuốn sách này được viết ra.

Mỗi lời tuyên bố, mỗi câu Kinh Thánh và mỗi lời cầu nguyện đều được hình thành dành cho bạn.

Xin cho lòng bạn lại bừng cháy khát khao Chúa,

và xin cho ngôi nhà của bạn trở thành bàn thờ sống động nơi ngọn lửa của Ngài không bao giờ tắt.

Cuối cùng, gửi đến vô số tôi tớ của Chúa trên khắp thế giới

những người âm thầm làm việc để giải cứu và làm môn đồ —

Đây là lời nhắc nhở của bạn: Trận chiến thuộc về Chúa.

Ngọn lửa của bạn không hề lụi tàn; nó đang được tinh luyện.

Hãy tiếp tục thúc đẩy, tiếp tục cầu nguyện và tiếp tục hướng dẫn các linh hồn trở về với Chúa Giê-su —

vì Ngọn Lửa đã gọi bạn vẫn còn cháy trong bạn.

"Vì chính Đức Chúa Trời cảm động lòng anh em vừa muốn vừa làm theo ý tốt của Ngài." — Phi- líp 2:13

GIỚI THIỆU

"*Đức Chúa Trời nào đáp lời bằng lửa, thì Ngài phải là Đức Chúa Trời." — 1 Các Vua 18:24 (KJV)*

Những trang tiếp theo không phải là nghi lễ hay công thức; chúng là bốn mươi cuộc gặp gỡ hằng ngày với Chúa hằng sống.

Mỗi lời tuyên bố đều được rút ra từ Kinh thánh và được định hình để dẫn dắt người tin Chúa đến sự ăn năn sâu sắc hơn, sự đổi mới và thẩm quyền trong Đấng Christ.

Trong suốt Kinh Thánh, lửa không bao giờ chỉ là biểu tượng của sự hủy diệt.

Đó là dấu hiệu của sự hiện diện, sự thánh thiện, sự tinh khiết và quyền năng của Chúa.

Khi Moses gặp Chúa, bụi cây cháy nhưng không bị thiêu rụi.

Khi Chúa Thánh Thần ngự xuống vào ngày Lễ Ngũ Tuần, Ngài đến như những lưỡi lửa.

Khi các tiên tri cầu nguyện lên trời, lửa đã trả lời, chứng minh rằng Đức Chúa Trời chân chính vẫn đang ngự trị.

Cầu nguyện bằng ngôn ngữ của lửa không phải là triệu hồi ngọn lửa trần gian mà là chào đón sự hiện diện thanh tẩy, tinh luyện và bảo vệ của Chúa Thánh Thần—

Ngọn lửa thanh tẩy tội lỗi, làm tan chảy lòng kiêu hãnh, thiêu đốt nỗi sợ hãi và rèn luyện lòng can đảm.

Mọi tín đồ đều cần ngọn lửa này:

ngọn lửa thiêu rụi bóng tối bên trong,

chữa lành tâm hồn bị tổn thương,

khôi phục lại sự hiệp thông nơi mà sự thỏa hiệp đã từng tồn tại.

Bốn mươi lời tuyên bố hàng ngày này sẽ giúp bạn duy trì ngọn lửa đó.

Hãy đọc chúng không phải như thơ mà như giao ước;

hãy nói to chúng lên, tin chúng, và để Chúa Thánh Linh thổi vào từng lời nói cho đến khi trái tim bạn trở thành bàn thờ và cuộc sống bạn trở thành ngọn lửa.

MỤC ĐÍCH CỦA HƯỚNG DẪN NÀY

Mỗi thế hệ đều phải đối mặt với bàn thờ bóng tối của riêng mình, nhưng câu trả lời không bao giờ thay đổi—Chúa vẫn trả lời bằng lửa.

Cuốn sách này ra đời nhằm giúp những người tin Chúa sống trong thực tế đó:

không phải sự phấn khích nhất thời mà là sự chuyển đổi lâu dài.

Nó phục vụ năm mục đích rõ ràng:

1. Để thắp sáng lại bàn thờ của trái tim

Những lời tuyên bố này dạy bạn cách biến lời cầu nguyện hàng ngày thành sự hiệp thông, chứ không phải là sự biểu diễn.

Lửa xuất hiện ở nơi sự hy sinh và đầu hàng gặp nhau.

2. Thay thế nỗi sợ hãi bằng đức tin

Càng chiêm ngưỡng Lời Chúa, bạn càng thấy núi của mình nhỏ lại.

Ánh sáng của Chúa xua tan sự hỗn loạn; Sự thật của Ngài khôi phục lòng can đảm.

3. Biến đổi sự giải thoát thành môn đồ

Tự do thực sự không phải là một khoảnh khắc kịch tính—mà là bước đi với Lời Chúa mỗi ngày cho đến khi tâm trí, thói quen và mong muốn đều đồng nhất với thiên đàng.

4. Trang bị cho những người cầu thay và các mục sư

Mỗi lời tuyên bố có thể được sử dụng riêng tư hoặc tập thể, như một khuôn mẫu sùng đạo hướng lòng người trở về với Chúa Kitô thay vì phương pháp của con người.

5. Thiết lập sự phục hồi toàn diện

Mục tiêu không chỉ là phá vỡ xiềng xích mà còn là xây dựng sức mạnh: tinh thần được đổi mới, tâm hồn được chữa lành và cơ thể được liên kết với mục đích

CÁCH SỬ DỤNG HƯỚNG DẪN NÀY

1. Dành thời gian của bạn

Chọn một giờ nhất định vào buổi sáng và buổi tối.

Hãy làm dịu tiếng ồn xung quanh bạn; mang theo Kinh Thánh và sự trông đợi.

2. ĐỌC KINH THÁNH LỚN Tiếng

Mỗi câu "Có chép rằng" là một thanh gươm được rèn trên trời.

Hãy để tai bạn lắng nghe tiếng nói của Chúa tuyên bố sự thật cho đến khi đức tin trỗi dậy.

3. Xưng tội và ăn năn một cách thành thật

Sự giải thoát bắt đầu bằng sự trung thực.

Khi ánh sáng phơi bày những điều ẩn giấu, Máu của Chúa Giêsu tẩy sạch mọi vết nhơ.

4. Cầu nguyện Lời Tuyên Ngôn Lửa một cách chậm rãi

Đừng vội vàng. Hãy đọc từng câu như thể bạn đang xếp gỗ lên bàn thờ.

Hãy để Thánh Linh thắp sáng những lời nói bên trong bạn.

5. Tuyên bố chiến thắng một cách táo bạo

Hãy nói như một người đã chiến thắng, vì Chúa Kitô đã chiến thắng.

Lời tuyên bố của bạn củng cố chiến thắng của Ngài.

6. Ấn chứng mỗi buổi họp bằng đức tin

Kết thúc bằng lòng biết ơn, hãy nói lớn: "Nhờ Máu, Lời và Thánh Linh, mọi việc đã được thực hiện."

Hãy tưởng tượng cuộc sống của bạn được bao quanh bởi ngọn lửa thiêng liêng của sự hiện diện của Ngài.

7. Ghi nhớ một câu Kinh Thánh mỗi ngày

Lời bạn nhớ chính là vũ khí bạn sẽ luôn có.

Một câu Kinh Thánh sống theo sự vâng phục còn mạnh mẽ hơn ngàn câu Kinh Thánh nói ra mà không có đức tin.

8. Dành cho các nhà lãnh đạo và bộ trưởng

Bạn có thể sử dụng đoạn văn mỗi ngày như một buổi thờ phượng nhóm, học Kinh Thánh hoặc cầu nguyện chung.

Luôn luôn nhấn mạnh vào Kinh thánh, sự ăn năn và tạ ơn—không bao giờ chú trọng vào các hành vi nghi lễ.

Quyền năng nằm ở Lời Chúa, Huyết Chúa và Thánh Linh, không phải ở sự thực hiện.

LỜI HỨA

Lửa của Chúa không bao giờ cháy vô mục đích; nó tinh luyện để tìm ra vàng.

Nếu bạn trải qua bốn mươi lời tuyên bố này với một tấm lòng rộng mở, thì chính Ngọn lửa đã giáng xuống bàn thờ của Elijah, thanh tẩy đôi môi của Isaiah và trao quyền cho các tông đồ sẽ hoạt động trong bạn—đốt cháy nỗi sợ hãi, khơi dậy lại mục đích và khôi phục lại sự hiệp thông với Chúa Kitô hằng sống.

"Đức Chúa Trời chúng ta là ngọn lửa thiêu đốt." — Hê-bơ- rơ 12:29

LỄ TẠ ƠN & PHƯỚC PHÚC CUỐI CÙNG

Đọc Kinh Thánh: Thi Thiên 18: 28–32

"Vì Chúa sẽ thắp sáng ngọn đèn của tôi: Chúa là Đức Chúa Trời tôi sẽ soi sáng sự tối tăm của tôi... Chính Đức Chúa Trời thắt lưng tôi bằng sức mạnh, và làm cho đường lối tôi trọn vẹn."

LỜI CẦU NGUYỆN TẠ ƠN

Lạy Cha Ánh Sáng, con cảm tạ Cha vì bốn mươi ngày cháy sáng và đổi mới.

Cảm ơn Chúa vì mỗi bức tường đã sụp đổ, mỗi xiềng xích đã phá vỡ, mỗi tấm lòng Chúa đã phục hồi.

Chúng con tôn vinh Ngài vì đã thanh tẩy dòng máu, chữa lành thân xác, mang lại sự bình an cho tâm hồn và phục hồi mục đích sống.

Xin cho ngọn lửa mà Ngài đã nhóm lên không bao giờ tắt.

Xin cho dòng sông Thánh Linh chảy thông suốt trong mọi gia đình và mọi quốc gia được tượng trưng bởi những lời cầu nguyện này.

Xin giữ chúng con được mặc áo giáp của Chúa , bám chặt vào Lời Chúa và tràn đầy tình yêu của Chúa cho đến Ngày của Chúa Kitô.

Lời chúc phúc

"Vậy xin Đức Chúa Trời bình an, là Đấng đã khiến Đức Chúa Jêsus chúng ta sống lại từ cõi chết, khiến anh em nên trọn vẹn trong mọi việc lành để làm theo ý muốn Ngài." — Hê-bơ-rơ 13: 20-21

Xin Chúa ban phước lành và gìn giữ bạn.

Nguyện ngọn lửa của Ngài liên tục tinh luyện bạn, Huyết của Ngài liên tục bao phủ bạn và Thánh Linh của Ngài liên tục ban sức mạnh cho bạn.

Nhân danh Chúa Jesus vĩ đại — Amen.

CHƯƠNG 1 - TẠI SAO SỰ GIẢI CỨU THẤT BẠI — VÀ CÁCH NGỌN LỬA CỦA CHÚA PHỤC HỒI LINH HỒN - 40 Lời Tuyên Bố Hằng Ngày Cho Sự Giải Cứu Toàn Diện

Bí ẩn của phép lạ chưa hoàn thành

Chúa Giê-su đã "gọi mười hai môn đồ lại, ban cho họ quyền năng và thẩm quyền để trị mọi ma quỷ và chữa bệnh." — Lu-ca 9: 1-2.

Họ ra đi và trở về trong niềm vui, nhưng ngay sau đó một người cha kêu lên: "Tôi đã xin các môn đồ của Thầy đuổi nó ra, nhưng họ không đuổi được" (câu 40).

Những người đàn ông từng chiến thắng giờ đây trở nên bất lực.

Chúa Giêsu thở dài,

"Hỡi thế hệ vô tín và gian tà, Ta còn ở với các ngươi và chịu đựng các ngươi cho đến bao giờ?" — Luca 9:41

Họ vẫn còn lời nói, nhưng họ đã đánh mất Lời.

Niềm tin đã mất đi; sự thân mật đã nguội lạnh.

Quyền lực không thể tồn tại tách biệt khỏi mối quan hệ.

Đức tin đến bởi sự nghe, và sự nghe đến bởi Lời Đức Chúa Trời (Rô-ma 10:17).

Không Lời → không có đức tin. Không đức tin → không có sức mạnh. Không có sức mạnh → không có sự chữa lành.

Sự giải cứu chỉ tồn tại khi có sự thông công, vì Ngôi Lời chính là Đấng Christ.

Sự đổi mới của tâm trí

"Vậy, hỡi anh em, tôi lấy lòng thương xót của Đức Chúa Trời khuyên anh em hãy dâng thân thể mình làm của lễ sống, thánh khiết, đẹp lòng Đức Chúa Trời. Đó là sự thờ phượng phải lẽ của anh em.

Đừng làm theo thế gian này, nhưng hãy biến đổi bởi sự đổi mới của tâm trí mình." — Rô-ma 12: 1-2

Sự chuyển đổi bắt đầu khi sự tuân thủ kết thúc.

Tâm trí đổi mới trở thành bàn thờ; cuộc sống đầu hàng trở thành sự hy sinh.

Sự giải cứu sẽ thất bại khi con người xua tan bóng tối nhưng lại từ chối thay đổi suy nghĩ.

Nếu không có mô hình mới, các nhà tù cũ sẽ mở cửa trở lại.

Chúa Giê-su minh họa điều này trong Lu-ca 4.

Khi bị Satan cám dỗ, Ngài không tranh cãi, không hoảng sợ hay thương lượng.

Ông đáp trả mọi cuộc tấn công bằng ba từ làm rung chuyển địa ngục:

"Có lời chép rằng."

Kẻ thù đã khơi dậy lòng tham, tham vọng và lòng kiêu hãnh—nhưng Chúa Giê-su đã sử dụng Kinh Thánh như một thanh gươm:

"Người ta sống không chỉ nhờ bánh mà thôi... Có lời chép rằng: Ngươi phải thờ phượng Chúa là Thiên Chúa của ngươi... Có lời chép rằng: Ngươi chớ thử thách Chúa là Thiên Chúa của ngươi."

Chiến thắng không đến từ việc la hét mà từ việc tin đúng vào Kinh Thánh.

Tâm trí được đổi mới bởi Lời Chúa sẽ trở nên vững chắc; sự cám dỗ sẽ mất đi chỗ đứng khi sự thật tràn ngập mọi ý nghĩ.

Khi hàng rào bị phá vỡ

"Kẻ nào phá hàng rào, sẽ bị rắn cắn." — Truyền Đạo 10: 8

Cuộc sống nội tâm của chúng ta là một ngôi nhà có nhiều phòng.

Chúng ta có thể dành phòng khách - nơi thờ phượng công cộng - cho Chúa nhưng lại không để phòng ngủ - nơi chứa đựng những suy nghĩ riêng tư - được bảo vệ.

Con rắn chui vào qua những cánh cửa bất cẩn.

Những cánh cửa mở ra ngày nay bao gồm:

Trò chơi và phim ảnh tôn vinh nỗi sợ hãi hoặc sức mạnh huyền bí.

Âm nhạc và sách ca ngợi tội lỗi.

Khiêu dâm, nói xấu, lười biếng, không cầu nguyện, không vâng lời.

Bất cứ căn phòng nào thiếu ánh sáng đều trở thành nơi trú ngụ của bóng tối.

Câu chuyện 1: Một tín đồ từng nói: "Những cơn ác mộng của tôi đã dừng lại cho đến khi tôi quay lại xem phim kinh dị." Tự do không bị đánh cắp; nó bị từ bỏ.

Những gì chúng ta nuôi sẽ phát triển; những gì chúng ta bỏ đói sẽ chết.

Mùa Thu Đầu Tiên—Và Mỗi Mùa Thu Tiếp Theo

Trước khi con người sa ngã, Lucifer đã sa ngã.

Ngài là "chê-ru-bim được xức dầu che phủ." — Ê-xê-chi-ên 28:14.

Lòng kiêu hãnh thì thầm năm lần, "Ta sẽ thăng thiên." — Ê-sai 14: 13-14.

Khải Huyền 12 cho thấy kết quả: "Nó bị quăng xuống đất, các thiên sứ của nó cũng bị quăng xuống cùng với nó."

Sự sụp đổ của ông là sự độc lập—giấc mơ về quyền lực mà không cần sự khuất phục.

Mỗi cuộc nổi loạn đều lặp lại điều đó.

Sự giải thoát kết thúc bằng sự tự lực phản ánh tội lỗi của ông.

Câu chuyện 2: Một người dẫn chương trình thờ phượng đã thoát khỏi cơn nghiện và khoe khoang: "Giờ tôi có thể chịu đựng được rồi." Vài tháng sau, anh ta lại sa ngã. Anh ta không mất đi ân sủng mà là sự lệ thuộc.

Tự do chỉ có thể duy trì được bằng sự khiêm nhường.

Khi đức tin trở thành công thức

Các môn đồ lặp lại phương pháp của ngày hôm qua nhưng không lặp lại sự thông công của ngày hôm qua.

Nhiều tín đồ cũng làm như vậy—nói những lời mà họ không còn sống nữa.

Đức tin không phải là phép thuật; đó là sự tin tưởng được duy trì bằng sự lắng nghe.

Một mục sư từng hỏi một phụ nữ tham dự mọi buổi lễ giải cứu rằng: "Bà có đọc Lời Chúa mỗi ngày không?" Bà trả lời: "Không, tôi trông cậy vào lời cầu nguyện của bà." Ông nói: "Vậy thì bà trông cậy vào đức tin của tôi, chứ không phải của riêng bà."

Niềm tin vay mượn không thể giữ được sự tự do vay mượn.

Giải thoát không cần kỷ luật

Chúa Giê-su cảnh báo rằng một trái tim trống rỗng sẽ mời gọi khách trở lại (Lu-ca 11: 24-26).

Cầu nguyện xua tan bóng tối; kỷ luật giữ ánh sáng ở lại.

Sự tự do phát triển mạnh mẽ khi sự thánh thiện thường ngày xây dựng nên những bức tường thói quen xung quanh ân sủng.

Ngọn lửa làm cho tự do tồn tại lâu dài

Khi bàn thờ nguội đi, ruồi sẽ tụ tập.

Phao-lô thúc giục: "Hãy khơi dậy ân tứ của Đức Chúa Trời." — 2 Ti-mô-thê 1: 6.

Tiếp thêm lửa mỗi ngày:

Đức tin — nhiên liệu.

Thờ phượng — oxy.

Sự thánh thiện — sự kiềm chế.

Một trái tim cháy bỏng Lời Chúa và sự thờ phượng sẽ trở thành vùng đất bất khả xâm phạm.

Con đường dẫn đến sự giải thoát toàn diện

1. Xây dựng lại mối quan hệ. Hãy trung thành với Lời Chúa cho đến khi đức tin bùng cháy.

2. Canh giữ Cổng. Đóng chặt cánh cửa tội lỗi bằng hình ảnh, lời nói và kỹ thuật số.

3. Ghi nhớ và tuyên bố. Đọc một câu thơ mỗi sáng—thanh kiếm của bạn trong ngày.

4. SỐNG TRONG SỰ VÂNG phục. Mỗi hành động vâng phục đều sửa chữa một bức tường.

5. Sống trong lòng biết ơn. Lễ Tạ ơn giúp bầu không khí tràn ngập ánh sáng.

Lời kêu gọi bắn

Thông điệp này không được viết ra để giải thích về sự thất bại mà là để khơi dậy chiến thắng.

Chúa Giê-su đã vượt qua cám dỗ bằng câu "Có lời chép rằng." Ngài đã chữa lành đứa trẻ mà người khác không thể làm được vì Ngài sống đầy Lời Chúa và lòng trắc ẩn.

Ngọn lửa tương tự đang chờ đợi mọi tín đồ giữ cho Lời Chúa luôn sống động bên trong.

Bốn mươi lời tuyên bố hàng ngày để được giải thoát toàn diện sau đây chính là bản thiết kế cho sự đổi mới của bạn—bốn mươi viên gạch ánh sáng để xây dựng lại ngôi nhà bên trong cho đến khi mọi căn phòng đều bừng sáng bởi sự hiện diện của Chúa Kitô.

Mỗi ngày hãy ghi nhớ một câu thơ, đọc vào buổi sáng và buổi tối, và thực hành sự thật của câu thơ đó.

Bằng bốn mươi lời tuyên bố đức tin và sự tập trung mỗi ngày, bạn sẽ không chỉ chống lại bóng tối mà còn tỏa sáng.

40 Lời Hằng Ngày, Lời Xưng Tội và Ăn Năn, Lời Cầu Nguyện với Lời Từ Bỏ, Lời Tuyên Bố, Lời Niêm Phong và Lời Tạ Ơn

ĐIỂM LỬA 1 — LỬA THÁNH, XÁC ĐỊNH VỊ TRÍ VÀ THỐNG HỦY MỌI BÀN THỜ GỌI TÊN TA

Có viết rằng:

Vì Đức Chúa Trời chúng ta là ngọn lửa thiêu đốt. — Hê-bơ- rơ 12:29

Vậy nên, ngày nay, hãy biết rằng Giê-hô-va Đức Chúa Trời ngươi là Đấng đi trước ngươi; Ngài sẽ như ngọn lửa thiêu đốt mà tiêu diệt chúng, và sẽ làm cho chúng ngã xuống trước mặt ngươi. — Phục truyền luật lệ ký 9: 3

Xưng tội và Ăn năn

Lạy Cha, con thú nhận rằng vì sự ngu dốt, sợ hãi và tội lỗi của cha con mà những bàn thờ tà ác đã được dựng lên để nhắc đến danh con.

Tôi thừa nhận mọi liên minh với bóng tối - dù cố ý hay vô tình - và tôi cầu xin Huyết của Chúa Jesus trên cuộc đời tôi, gia đình tôi và dòng dõi tôi.

Xin Chúa tha thứ cho con vì đã tin tưởng vào con người, vì đã đến gặp thầy bói, vì đã thề thốt bất cẩn, hay chạm vào những vật ô uế.

Xin rửa sạch con, thanh tẩy con và tách con ra khỏi mọi bàn thờ không do tay Chúa dựng nên.

CẦU NGUYỆN (VỚI SỰ từ bỏ)

Lạy Chúa Lửa, xin hãy đứng lên vì con ngày hôm nay!

Xin cho mọi bàn thờ, đền thờ hay đền thờ biển gọi tên tôi đều bị thiêu rụi tận gốc.

Xin ngọn lửa của Chúa Thánh Thần đi qua các con sông, ngọn núi và vùng đất tổ tiên, đốt cháy mọi tội lỗi, mọi sự hy sinh, mọi hình ảnh và mọi thầy tế lễ cầu khẩn Ta.

Tôi từ bỏ mọi giao ước, lời thề máu và sự cống hiến đã ràng buộc tôi với những bàn thờ đó.

Xin sấm sét của Chúa trả lời thay tôi; xin tia chớp làm tan biến đám đông của chúng; xin dấu hiệu của chúng tan chảy như sáp trước ngọn lửa.

Mọi thần tượng nào đã nhắc đến tên tôi trong đêm, xin hãy để ngọn lửa của Chúa làm chúng im lặng mãi mãi.

Tuyên ngôn

Tôi ẩn mình trong ngọn lửa của Đấng toàn năng.

Tên tôi giờ đã được viết trên ngọn lửa thiên đàng.

Không có bàn thờ, không có linh mục, không có con quỷ nào có thể triệu hồi tôi nữa.

Chính Chúa bao quanh tôi bằng ngọn lửa vinh quang, và tôi được tự do.

Niêm phong

Nhờ Huyết của Chúa Giê-xu, nhờ Lời chứng của tôi, và nhờ Lửa đời đời của Thánh Linh, tôi niêm phong sự giải cứu này.

Hỡi các thiên thần lửa, hãy đóng trại xung quanh tôi và ngôi nhà của tôi.

Hãy để mọi nỗ lực đen tối gặp phải bức tường lửa thiêng liêng. Amen.

LỄ TẠ ƠN

Lạy Cha, con tạ ơn Cha vì mọi bàn thờ gian ác đều bị biến thành tro bụi và mọi lời buộc tội đều bị phá hủy.

Vương quốc, quyền năng và vinh quang đều thuộc về Chúa đến đời đời. Amen.

ĐIỂM LỬA 2 — LỬA CỦA CHÚA, HÃY THANH LỌC DÒNG MÁU CỦA TÔI KHỎI Ô NHIỄM VÀ GIAO ƯỚC

Có viết rằng:

Vì Ngài giống như lửa của thợ luyện bạc, Ngài sẽ ngồi như thợ luyện bạc và làm sạch bạc. — Ma-la-chi 3: 2-3

Khi Ta thấy máu, Ta sẽ vượt qua các ngươi, và tai họa sẽ không giáng xuống các ngươi để hủy diệt các ngươi. — Xuất Ê-díp - tô Ký 12:13

Xưng tội và Ăn năn

Lạy Chúa Giê-su, con xin đứng lên vì chính mình và tổ tiên con.

Chúng ta đã phục vụ các thần khác; chúng ta đã đổ máu vô tội; chúng ta đã thề nguyện trước các thần tượng.

Con ăn năn, lạy Chúa, và cầu xin Huyết của Chúa Jesus đổ trên dòng dõi con.

Xin hãy thanh tẩy nền tảng của con, thánh hóa DNA của con và loại bỏ mọi di sản của ma quỷ.

Cầu nguyện (với sự từ bỏ)

Thánh Linh Hỏa, hãy đi qua huyết mạch của ta ngay!

Hãy tìm kiếm nguồn gốc, gen và thế hệ của tôi; đốt cháy mọi con rắn, bùa chú và biểu tượng giao ước.

Tôi từ bỏ và bác bỏ mọi lời thề của tổ tiên với các thần tượng, nước và linh hồn của người chết.

Xin ngọn lửa đã giáng xuống Núi Carmel hãy giáng xuống mọi bàn thờ của tổ tiên tôi.

Mọi linh hồn muốn chiếm hữu gia đình tôi—hãy thả chúng tôi ra và thiêu sống chúng tôi!

Hãy để Máu của Chúa Giêsu viết lại mã di truyền của tôi bằng sự thánh thiện và ánh sáng.

Tuyên ngôn

Máu của tôi đã được thánh hóa; dòng dõi tôi đã được cứu chuộc.

Lời nguyền đã bị phá vỡ; phước lành sẽ đến.

Tôi được ghép vào dòng dõi hoàng gia của Chúa Kitô.

Niêm phong

Nhờ Huyết nói lên những điều tốt đẹp hơn Huyết của A-bên và nhờ Lửa thanh tẩy , tôi và dòng dõi tôi được niêm phong với Chúa. A-men.

Lễ Tạ ơn

Cảm ơn Cha đã phá vỡ ách thống trị của tổ tiên con và biến con thành một con tàu xứng đáng với vinh quang của Cha.

ĐIỂM LỬA 3 — LỬA THÁNH THIỆN, THỐNG HỦY MỌI LINH HỒN VỢ/ CHỒNG VÀ SỰ HỢP NHẤT ÁC ÁC

Có viết rằng:

Vì Đấng Tạo Hóa ngươi là chồng ngươi; danh Ngài là Đức Giê-hô-va vạn quân. — Ê-sai 54: 5

Ai có thể đứng vững trước cơn thịnh nộ của Ngài? Ai có thể chịu đựng được cơn thịnh nộ dữ dội của Ngài? Cơn thịnh nộ của Ngài bùng lên như lửa. — Na-hum 1: 6

Xưng tội và Ăn năn

Lạy Chúa Jesus, con thú nhận mọi tội lỗi tình dục, cuộc gặp gỡ trong mơ hoặc ham muốn thầm kín đã mở ra cánh cửa dẫn đến người bạn đời tâm linh.

Xin tha thứ cho con và rửa sạch thân xác, tâm hồn và tinh thần con trong Máu quý báu của Chúa.

Con xin dâng trọn tình cảm của con cho một mình Ngài.

Cầu nguyện (với sự từ bỏ)

Nhờ Lửa của Chúa Thánh Thần, tôi từ bỏ mọi người chồng, người vợ tâm linh và giao ước hàng hải.

Xin lửa của Chúa giáng xuống mọi giường ô uế, mọi chiếc nhẫn, quần áo và bàn thờ hôn nhân dưới biển.

Hãy để những linh hồn đó nghe sự phán xét của Thập tự giá—Các ngươi đã bị ly dị, bị đuổi ra và bị thiêu hủy bằng lửa!

Lạy Chúa, xin hãy sai cơn lốc của Ngài xuống nước; xin hãy để thanh gươm của Ngài cắt đứt mọi mối liên hệ giữa con và vương quốc bóng tối.

Tuyên ngôn

Tôi chỉ kết hôn với một mình Chúa Jesus mà thôi.

Thân thể tôi là đền thờ của Chúa Thánh Thần.

Những giấc mơ của tôi được thánh thiện; những đêm của tôi được bình yên.

Sẽ không có người vợ xấu xa nào đến gần nhà tôi nữa.

Niêm phong

Nhờ Máu và Lửa, tôi niêm phong giao ước hôn nhân của tôi với Chiên Con.

Xin những thanh kiếm rực lửa canh giữ mọi cánh cổng cuộc đời con. Amen.

Lễ Tạ ơn

Lạy Chúa, con cảm tạ Chúa đã ban cho con sự kết hợp thánh thiện với Chúa và phục hồi sự trong sạch của con mãi mãi.

ĐIỂM LỬA 4 — LỬA CỦA CHÚA, ĐỐT CHÁY MỌI GIAO ƯỚC XẤU XA ĐƯỢC TÁI LẠI TRONG GIẤC MƠ CỦA TÔI

Có viết rằng:

Vì Đức Chúa Trời phán một lần, hoặc hai lần... Trong giấc mơ, trong khải tượng ban đêm, để Ngài có thể kéo con người ra khỏi mục đích của họ. — Gióp 33: 14-17

Ngài sẽ giáng xuống kẻ ác những bẫy, lửa và diêm sinh. — Thi Thiên 11: 6

Xưng tội và Ăn năn

Thưa Cha, con thú nhận rằng con đã không biết gì về những giao dịch ma quỷ trong giấc ngủ của mình.

Xin hãy tha thứ cho sự bất cẩn của con; xin hãy tha thứ cho những cánh cửa con đã mở ra vì sợ hãi, ham muốn hoặc sự hoài nghi.

Tôi cầu xin Huyết Chúa Jesus trên cánh cổng ước mơ của tôi.

Cầu nguyện (với sự từ bỏ)

Hỡi Lửa của Chúa, hãy bước vào cõi mộng của tôi!

Mọi giao ước được đổi mới thông qua thức ăn, tình dục hoặc chữ viết tay trong giấc mơ giờ đây đều bị Lửa xóa bỏ.

Tôi từ bỏ mọi hợp đồng đã ký kết trong tinh thần khi tôi ngủ.

Xin ngọn lửa của Chúa giáng xuống mọi cuộc họp của giới hải quân, mọi chợ phù thủy, mọi tòa án ma quỷ mang tên Ta—hãy thiêu rụi chúng hoàn toàn!

Xin cho các thiên thần lửa bảo vệ giấc ngủ của tôi từ đêm nay trở đi.

Tuyên ngôn

Những giấc mơ của tôi thuộc về Chúa Thánh Thần.

Không một bàn tay đen tối nào có thể viết lên số phận của tôi nữa.

Đêm được thánh hóa bằng Lửa; buổi sáng tràn ngập ánh sáng.

Niêm phong

Tôi niêm phong những giấc mơ của mình bằng Máu của Chúa Jesus và Lửa của Chúa.

Từ nay trở đi chỉ được phép truyền đạt những thông điệp từ thiên đàng. Amen.

Lễ Tạ ơn

Đáng ngợi khen Đức Giê-hô-va, là Đấng ban giấc ngủ cho người Ngài yêu mến; đáng ngợi khen Ngài đến đời đời.

ĐIỂM LỬA 5 — LỬA CỦA GIÊ-HÔ-VA, PHƠI BỎ VÀ TIÊU HỦY CÁC LINH HỒN GIÁM SÁT

Có viết rằng:

Chẳng có điều gì che giấu mà không bị lộ ra, chẳng có điều gì bí mật mà không bị biết đến. — Lu-ca 12: 2

Lửa đi trước mặt Ngài, thiêu đốt kẻ thù chung quanh Ngài. — Thi Thiên 97: 3

Xưng tội và Ăn năn

Lạy Chúa, con thú nhận mọi sự tò mò đã mở ra những cánh cửa—chiêm tinh học, bói toán, lời khuyên tội lỗi.

Xin tha thứ cho con, và xin dùng Máu của Chúa để đóng mọi kênh giám sát mà kẻ thù đã lợi dụng.

Cầu nguyện (với sự từ bỏ)

Lạy Chúa Giê-hô-va Lửa, xin hãy trỗi dậy và vạch trần mọi linh hồn giám sát được giao nhiệm vụ theo dõi mọi hành động, gia đình và lời cầu nguyện của con!

Hãy để đôi mắt của bóng tối trở nên mù quáng; hãy để đôi tai của ma quỷ trở nên điếc.

Mọi tấm gương, tinh thể, động vật hay công nghệ dùng để theo dõi tôi đều bùng cháy ngay bây giờ!

Tôi từ bỏ mọi liên minh đã cho phép tôi tiếp cận cuộc sống của mình, dù có ý thức hay vô thức.

Lạy Chúa, xin che chở con trong cột lửa của Ngài; xin khiến mọi quyền năng dò xét phải bối rối.

Tuyên ngôn

Tôi vô hình với bóng tối, không thể chạm tới với ma quỷ, ẩn mình trong Chúa Kitô.

Bầu không khí trong tôi bừng sáng với sự hiện diện của Chúa.

Niêm phong

Bằng Máu, Lời và Lửa, Ta ban lệnh phải làm cho tất cả những kẻ theo dõi điều ác phải mù quáng mãi mãi.

Ngọn lửa của Chúa Thánh Thần là sự che chở cho tôi. Amen.

Lễ Tạ ơn

Cảm ơn Cha đã biến mọi con mắt của kẻ ác thành tro bụi và bao bọc con bằng ánh sáng.

ĐIỂM HỎA 6 — NGỌN LỬA GIẢI THOÁT, PHÁ VỠ XÍCH CỦA SỰ TRÌ HOÃN VÀ TỒN TẠM

Có viết rằng:

Trong ngày đó, gánh nặng của nó sẽ được cất khỏi vai ngươi, ách nó sẽ được cất khỏi cổ ngươi, và ách sẽ bị phá vỡ vì sự xức dầu. — Ê- sai 10:27

Đức Chúa Trời chúng ta là ngọn lửa thiêu đốt. — Hê -bơ- rơ 12:29

Xưng tội và Ăn năn

Lạy Cha, con thú nhận rằng sự hoài nghi, sợ hãi và bất tuân đã làm chậm bước chân con.

Gia đình tôi cũng đã đi vòng quanh, lặp lại những kiểu thất bại.

Xin Chúa tha thứ cho chúng con.

Xin hãy rửa sạch con trong Huyết của Chúa Jesus và tẩy sạch con khỏi mọi sự lười biếng và trì hoãn về mặt tâm linh đi kèm với sự chậm trễ.

Cầu nguyện (với sự từ bỏ)

Hỡi Lửa Giải Thoát, hãy phá vỡ mọi xiềng xích vô hình đang trói buộc bước tiến của tôi!

Hãy để mọi cánh cổng sắt trì hoãn bị tan chảy bởi Lửa thiêng.

Tôi từ bỏ mọi giao ước chậm chạp, mọi sắc lệnh hàng hải "chưa", mọi lời thề trì trệ của tổ tiên.

Xin ngọn lửa thiên đàng thiêu rụi những linh hồn cản trở tôi.

Ta ra lệnh tăng tốc bằng cỗ xe lửa; Ta tiến về phía trước theo số mệnh.

Mọi hồ sơ thăng chức của tôi nằm trên bàn thờ quỷ dữ—hãy bốc cháy ngay!

Tuyên ngôn

Tôi sinh ra là để vận động chứ không phải để trì trệ.

Ngọn gió của Thánh Linh thúc đẩy tôi; Ngọn lửa của Chúa trao quyền cho tôi.

Tôi vượt qua nơi tôi bị chậm trễ và lấy lại thời gian đã mất.

Niêm phong

Nhờ Huyết Chúa Jesus, nhờ Lời Chúa và nhờ Lửa Thánh Linh, tôi niêm phong sự giải thoát này.

Con đường của tôi ngày càng sáng sủa hơn cho đến ngày hoàn hảo. Amen.

Lễ Tạ ơn

Lạy Cha, con cảm tạ Cha đã phá vỡ xiềng xích trì hoãn và ban cho con đôi cánh tốc độ thần thánh.

ĐIỂM LỬA 7 — LỬA CỦA LINH HỒN, ĐẢO NGƯỢC CÁC VỊ THẦN GIA ĐÌNH VÀ CÁC LINH HỒN QUEN THUỘC

Có viết rằng:

Họ sẽ ném các thần tượng của họ cho chuột chũi và dơi. — Ê- sai 2:20

Ta sẽ xóa tên các thần tượng khỏi đất này, và chúng sẽ không còn được nhớ đến nữa. — Xa-cha-ri 13: 2

Xưng tội và Ăn năn

Lạy Cha, con thừa nhận tội lỗi của cha con—thờ ngẫu tượng, cúng tế bí mật, bùa ngải và hình tượng.

Tôi ăn năn vì mọi vật được thừa hưởng hoặc ngưỡng mộ.

Nhờ Máu Chúa Giêsu, con từ bỏ những ngẫu tượng trong nhà cha con và những linh hồn quen thuộc đang đi theo dòng dõi chúng con.

Cầu nguyện (với sự từ bỏ)

Hỡi Thần Lửa, hãy vào nền móng của tôi và lật đổ ngai vàng của các vị thần hộ mệnh!

Mọi thần tượng kêu gào sự phục vụ hoặc hy sinh—hãy nhận lấy lửa và tiêu diệt!

Mọi linh hồn quen thuộc đóng giả làm người trợ giúp, mọi mặt nạ tổ tiên—hãy thiêu rụi!

Tôi từ bỏ quyền sở hữu của bạn; tôi hủy bỏ quyền hợp pháp của bạn.

Hãy để ngọn lửa thiêng liêng quét qua các bàn thờ, các ngôi mộ, các bức tranh, các lá bùa hộ mệnh.

Xin cho dòng dõi gia đình tôi trở thành dòng dõi các tiên tri và thầy tế lễ của Chúa.

Tuyên ngôn

Chỉ có Chúa là Đức Chúa Trời cai trị dòng dõi tôi.

Ngọn lửa phục hưng ngự trị trong gia đình tôi.

Sẽ không còn thần tượng nào có thể thống trị chúng ta nữa.

Niêm phong

Nhờ Máu cứu chuộc và Lửa thánh hóa, tôi niêm phong sự giải thoát này.

Xin cho danh Chúa Giê-su luôn ngự trên cổng nhà chúng ta mãi mãi. Amen.

Lễ Tạ ơn

Con cảm tạ Cha đã hạ bệ các thần tượng và tôn Ngài làm Vua trong gia đình con.

ĐIỂM LỬA 8 — LỬA THÁNH, PHÁ HỦY TIẾNG NÓI BUỘC TỐ CÁO VÀ LÊN ÁN

Có viết rằng:

Ai sẽ buộc tội những người được Đức Chúa Trời chọn? Chính Đức Chúa Trời là Đấng xưng công chính . — Rô- ma 8:33

Đức Giê-hô-va phán cùng Sa-tan rằng: Hỡi Sa-tan, Đức Giê-hô-va sẽ quở trách ngươi. — Xa-cha-ri 3: 2

Xưng tội và Ăn năn

Lạy Cha công chính, con thú nhận những tội lỗi và thiếu sót của mình.

Những lời nói và hành động của tôi khiến kẻ thù có lý do để buộc tội, xin hãy tha thứ cho tôi.

Tôi cầu xin Huyết của Chúa Jesus xóa bỏ mọi tội lỗi và ăn năn mọi lỗi lầm chưa được xưng nhận.

Cầu nguyện (với sự từ bỏ)

Lửa của Chúa, hãy đốt cháy những cuộn giấy buộc tội!

Mọi sắc lệnh viết ra chống lại tôi—hãy xóa bỏ bằng Lửa và Máu.

Mọi tòa án ma quỷ tụ tập để kết án tôi—đều tan tác trong sấm sét!

Tôi từ bỏ cảm giác tội lỗi, xấu hổ và tự lên án bản thân.

Hãy để tiếng nói của Thập giá làm im lặng mọi tiếng nói của vực thẳm.

Tuyên ngôn

Tôi được xưng công chính bởi đức tin, được rửa sạch bởi Huyết, được mặc lấy sự công chính.

Vậy nên, hiện nay trong Đấng Christ Jesus, tôi không còn bị kết tội nữa.

Những kẻ buộc tội tôi im lặng trước Đấng phán xét của mọi người.

Niêm phong

Nhờ Huyết, Lời và Lửa, tôi xác nhận sự tha tội của tôi trên trời và dưới đất.

Gậy ân sủng đã gõ; tôi được tự do mãi mãi. Amen.

Lễ Tạ ơn

Cảm ơn Chúa vì đã làm im lặng mọi kẻ cáo buộc và thay thế sự phán xét bằng lòng thương xót.

ĐIỂM LỬA 9 — LỬA CỦA CHÚA, KHÔI PHỤC ĐỨC HẠNH VÀ VINH QUANG BỊ ĐÁNH CẮP CỦA TÔI

Có viết rằng:

Ta sẽ đền bù cho các ngươi những năm bị châu chấu ăn mất. — Giô- ên 2:25

Vinh quang của nhà sau này sẽ lớn hơn vinh quang của nhà trước, Đức Giê-hô-va vạn quân phán vậy. — A-ghê 2: 9

Xưng tội và Ăn năn

Thưa Cha, con thừa nhận rằng sự bất cẩn và thỏa hiệp đã để kẻ thù đánh cắp của con—đức hạnh, niềm vui, danh dự của con .

Xin tha thứ và thanh tẩy con bằng Máu.

Tôi từ bỏ mọi giao dịch đánh đổi vinh quang của tôi để lấy sự xấu hổ.

Cầu nguyện (với sự từ bỏ)

Lửa thiêng, hãy du hành qua vùng nước và những nơi bí mật nơi đức hạnh và ngôi sao của tôi được chôn cất.

Hãy cứu họ bằng lửa!

Mọi kho hàng hải chứa đựng phước lành của tôi—hãy cháy thành tro!

Tôi gọi lại ánh sáng, món quà, ân huệ và vương miện của tôi.

Tôi từ bỏ kẻ trộm và mọi giao ước mất mát.

Hãy có sự phục hồi gấp bảy lần theo Lời Chúa.

Tuyên ngôn

Vinh quang của tôi đã được phục hồi; danh dự của tôi tỏa sáng.

Sương trời lại rơi trên tôi.

Bất cứ nơi nào tôi bị từ chối, giờ đây tôi lại được tôn vinh.

Niêm phong

Nhờ Huyết Chúa Jesus và Lửa phục hồi, tôi quyết định vinh quang của tôi được bảo đảm mãi mãi. Amen.

Lễ Tạ ơn

Con cảm tạ Cha đã cứu chuộc đức hạnh của con và ban cho con một vương miện mới với lòng nhân từ.

ĐIỂM LỬA 10 — LỬA CỦA CHÚA, CHIÊM PHÁT NỖI SỢ HÃI VÀ NỖI KHỦNG HOẢNG BAN ĐÊM

Có viết rằng:

Ngươi sẽ không sợ sự kinh hoàng ban đêm, cũng chẳng sợ tên bay ban ngày. — Thi Thiên 91: 5

Đức Giê-hô-va là ánh sáng và là sự cứu rỗi tôi; tôi sẽ sợ ai? Đức Giê-hô-va là sức mạnh của mạng sống tôi; tôi sẽ sợ ai? — Thi Thiên 27: 1

Xưng tội và Ăn năn

Lạy Chúa, con thú nhận rằng nỗi sợ hãi đã chế ngự đêm đêm của con và sự lo lắng đã đánh cắp mất giấc ngủ của con.

Xin hãy tha thứ cho sự thiếu tin tưởng của tôi.

Tôi cầu xin Huyết của Chúa Jesus đổ trên trái tim, căn phòng và những giấc mơ của tôi.

Cầu nguyện (với sự từ bỏ)

Hỡi Lửa của Chúa, hãy quét qua nơi ở của tôi!

Đốt cháy mọi linh hồn sợ hãi, mọi cơn ác mộng, mọi sự hiện diện của ma quỷ đang hành hạ.

Tôi từ bỏ sự ràng buộc của nỗi kinh hoàng và tinh thần tử thần.

Xin lửa của Chúa tạo nên sự bình an xung quanh con như bức tường ánh sáng.

Hãy để mọi tiếng thì thầm sợ hãi bị tiếng sấm làm im bặt.

Tuyên ngôn

Sự bình an của Chúa gìn giữ tâm trí tôi; chính Chúa là ánh sáng của tôi.

Tôi nằm xuống trong sự an toàn, và tôi thức dậy trong vinh quang.

Sẽ không còn nỗi kinh hoàng nào ghé thăm đêm nay nữa.

Niêm phong

Nhờ Huyết Chúa Jesus và Lửa Chúa Thánh Thần, con xin niêm phong tâm trí, giường ngủ và bầu không khí của con bằng sự bình an thiêng liêng. Amen.

Lễ Tạ ơn

Cảm ơn Cha đã biến bóng tối thành ánh sáng và nỗi sợ hãi thành đức tin.

ĐIỂM LỬA 11 — LỬA THÁNH, ĐỔI MỚI TÂM TRÍ TÔI VÀ ĐỐT CHÁY SỰ LỪA DỐI

Có viết rằng:

"Đừng làm theo đời này, nhưng hãy biến đổi bởi sự đổi mới của tâm trí mình." — Rô-ma 12: 2

"Lời Chúa truyền ra ánh sáng." — Thi Thiên 119: 130

Xưng tội và Ăn năn

Lạy Chúa Giê-su, con thú nhận rằng con thường tin vào tiếng nói của sự sợ hãi và thất bại hơn là Lời Chúa.

Xin tha thứ cho con vì mọi ý nghĩ tự đề cao mình chống lại sự hiểu biết về Chúa.

Xin rửa sạch tâm trí con bằng Máu thánh của Chúa và thanh tẩy trái tim con bằng lửa thánh.

Lời cầu nguyện của Lửa Thánh

Lạy Cha, xin cho chân lý của Cha ngự xuống như lưỡi lửa trên những suy nghĩ của con.

Nơi bóng tối xây dựng nên những thành trì nghi ngờ, xin ánh sáng Lời Chúa thắp sáng một sáng tạo mới.

Tiêu thụ những lời dối trá nói rằng tôi vô giá trị, vô vọng hoặc bị bỏ rơi.

Hãy để ngọn lửa đi qua hành lang ký ức và thiêu rụi mọi danh tính giả tạo thành tro bụi.

Tôi mở tâm trí mình ra với Thánh Linh chân lý — dạy dỗ tôi, biến đổi tôi, giải thoát tôi.

Tuyên bố chiến thắng

Tâm trí tôi được đổi mới; suy nghĩ của tôi được soi sáng.

Tôi nghĩ đến Chúa Kitô và bước đi trong sự bình an của Ngài.

Niêm phong

Nhờ Huyết Chiên Con và Lời chân lý, tâm trí tôi được bao bọc bằng lửa thiên đàng. Amen.

Lễ Tạ ơn

Cảm ơn Chúa đã biến sự bối rối thành sáng suốt và lấp đầy con bằng tâm trí của Chúa Kitô.

ĐIỂM LỬA 12 — NGỌN LỬA THÁNH THIỆN, HÃY THANH TẨY TRÁI TIM TÔI KHỎI SỰ GIẬN DỮ VÀ ĐẮNG ĐẮNG

Có viết rằng:

"Phải bỏ khỏi anh em mọi sự cay đắng, buồn giận, và tức giận." — Ê-phê- sô 4:31

"Lạy Chúa, xin dựng nên trong con một tấm lòng trong sạch." — Thi Thiên 51:10

Xưng tội và Ăn năn

Lạy Cha nhân từ, con thừa nhận rằng lòng con luôn oán giận và không tha thứ.

Xin tha thứ cho con vì đã nuôi dưỡng nỗi đau ở nơi Chúa muốn con được bình an.

Tôi cầu xin Huyết của Chúa Giê-su rửa sạch cảm xúc và ký ức của tôi.

Lời cầu nguyện của Lửa Thánh

Lạy Chúa, xin hãy gửi ngọn lửa tinh luyện của Chúa vào nơi ẩn náu trong tâm hồn con.

Hãy để ngọn lửa tình yêu làm tan chảy mọi hận thù và giận dữ.

Biến tro tàn của sự xúc phạm thành dầu của lòng từ bi.

Xin dạy con biết tha thứ như Chúa đã tha thứ cho con trên Thập giá.

Tuyên bố chiến thắng

Lòng tôi trong sạch; tinh thần tôi ngay thẳng.

Sự bình yên chảy trong tôi như dòng sông.

Niêm phong

Nhờ Máu và lửa thánh, sự cay đắng không còn bén rễ trong tôi nữa. Amen.

Lễ Tạ ơn

Cảm ơn Chúa vì đã thay thế cơn giận bằng tình yêu và nước mắt bằng niềm vui.

ĐIỂM LỬA 13 — NGỌN LỬA CỦA MỤC ĐÍCH, THẮP LỬA ƠN GỌI VÀ SỐ PHẬN CỦA TÔI

Có viết rằng:

"Nơi nào không có sự mặc khải, dân sự sẽ diệt vong." — Châm ngôn 29:18

"Lòng sốt sắng về nhà Chúa đã thiêu đốt tôi." — Thi Thiên 69: 9

Xưng tội và Ăn năn

Lạy Chúa, con thú nhận rằng con chậm vâng lời và sợ bước theo ý Chúa.

Xin tha thứ cho con vì đã chôn vùi những tài năng Chúa ban.

Xin hãy rửa sạch sự lười biếng và nghi ngờ trong tôi.

Lời cầu nguyện của Lửa Thánh

Lạy Chúa của Ê-li, xin hãy giáng lửa xuống bàn thờ của con một lần nữa.

Đánh thức mọi món quà, mọi giấc mơ, mọi nhiệm vụ được viết trên thiên đường về tôi.

Xin cho lòng nhiệt thành thánh thiện tiêu tan sự thờ ơ; xin cho lòng đam mê đối với các linh hồn cháy bỏng trong tôi.

Khi tôi mất tập trung, hãy hướng mắt về Chúa Jesus.

TUYÊN BỐ CHIẾN THẮNG

Tôi là ngọn lửa trong tay Chúa.

Mục đích sống trong tôi; ngày tháng của tôi được Chúa sắp đặt.

Niêm phong

Nhờ Huyết Chúa Jesus và Lửa Thánh Linh của Ngài, số phận của tôi được ấn định trong vinh quang. Amen.

Lễ Tạ ơn

Cảm ơn Cha đã khơi dậy tình yêu đầu tiên của con và xức dầu cho con để con có thể tạo ra ảnh hưởng.

ĐIỂM CHÁY 14 — LỬA CỦA SỰ CUNG CẤP, PHÁ VỠ NỖI SỢ THIẾU SÓT

Có viết rằng:

"Đức Giê-hô-va sẽ truyền lệnh ban phước cho ngươi trong kho tàng ngươi." — Phục truyền luật lệ ký 28: 8

"Nhưng Đức Chúa Trời tôi sẽ cung cấp đầy đủ mọi nhu cầu của anh em theo sự giàu có vinh quang của Ngài trong Đấng Christ Jêsus." — Phi- líp 4:19

Xưng tội và Ăn năn

Lạy Cha, xin tha thứ cho con vì đã nghi ngờ sự chăm sóc của Cha và vì đã quá bám chặt vào những gì con có.

Xin hãy tẩy sạch lòng tham và sự vô tín trong con; xin dạy con biết bằng lòng.

Lời cầu nguyện của Lửa Thánh

Lạy Chúa của sự sung túc, xin cho ngọn lửa đức tin thiêu rụi nỗi sợ hãi về ngày mai.

Xin mở mắt con để thấy những nguồn lực Chúa đã đặt vào tay con.

Đốt cháy mọi lời nguyền của sự lãng phí và nghèo đói.

Xin Chúa ban phước lành cho công việc tay con làm và biến con thành nguồn phước cho người khác.

Tuyên bố chiến thắng

Chúa là Đấng chăn giữ tôi; tôi sẽ chẳng thiếu thốn gì.

Chén của tôi đầy tràn; tôi sống trong sự đủ đầy của Chúa.

Niêm phong

Nhờ Huyết và Lời hứa, Lửa cung cấp bao phủ cuộc đời tôi. Amen.

Lễ Tạ ơn

Cảm ơn Chúa đã biến sự thiếu thốn thành sự sung túc và dạy con tin vào lòng nhân từ của Ngài.

ĐIỂM LỬA 15 — LỬA CỦA SỰ TINH KHIẾT, XIN THÁNH HÓA ĐÔI MẮT VÀ NHỮNG ƯỚC MUỐN CỦA TÔI

Có viết rằng:

"Phước cho những ai có lòng trong sạch, vì họ sẽ thấy Đức Chúa Trời." — Ma-thi-ơ 5: 8

"Xin Chúa xây mắt tôi khỏi sự hư không, và khiến tôi sống động trong đường lối Chúa." — Thi Thiên 119: 37

Xưng tội và Ăn năn

Lạy Cha Thánh, con thú nhận những ánh mắt và suy nghĩ không trong sáng đã làm buồn lòng Thánh Linh Cha.

Tôi ăn năn vì mọi hình ảnh và ham muốn đã làm ô uế tâm hồn tôi.

Xin rửa sạch con bằng Máu Chúa và phục hồi sự trong trắng cho trái tim con.

Lời cầu nguyện của Lửa Thánh

Lạy Thánh Linh, xin gửi ngọn lửa của Ngài vào trí tưởng tượng của con.

Đốt cháy dục vọng và lòng kiêu hãnh; thanh tẩy tình cảm của tôi cho đến khi tôi chỉ mong muốn Ngài.

Xin ngọn lửa của Chúa giúp mắt con luôn hướng về Chúa Giêsu.

Xin mặc cho con ánh sáng tinh khiết đến nỗi bóng tối không thể bám víu vào con.

TUYÊN BỐ CHIẾN THẮNG

Thân thể tôi là đền thờ của Chúa Thánh Thần.

Tôi được biệt riêng để Chúa sử dụng.

Sự trong sạch và sức mạnh cùng song hành trong tôi.

Niêm phong

Nhờ Huyết Chúa Jesus và Lửa thánh hóa, tôi được giữ thánh khiết và không ô uế. Amen.

Lễ Tạ ơn

Cảm ơn Chúa đã biến trái tim con thành nơi ngự trị của sự hiện diện của Ngài.

ĐIỂM LỬA 16 — NGỌN LỬA SỨC MẠNH, PHÁ VỠ TINH THẦN MỆT MỎI

Có viết rằng:

"Những ai trông đợi Đức Giê-hô-va sẽ được sức mới." — Ê- sai 40:31

"Sự vui mừng của Đức Giê-hô-va là sức mạnh của các ngươi." — Nê-hê-mi 8:10

Xưng tội và Ăn năn

Lạy Cha, xin tha thứ cho sự lầm bầm và yếu lòng của con.

Tôi thú nhận rằng tôi đã dựa vào sức mạnh của chính mình.

Xin hãy thanh tẩy con và thổi luồng sinh khí mới vào tâm hồn con.

Cầu nguyện

Hỡi Ngọn lửa sức mạnh, hãy giáng xuống tôi ngay bây giờ.

Đốt cháy sự mệt mỏi và tuyệt vọng.

Xin ban cho con năng lượng thiêng liêng để chạy mà không mệt mỏi, để đi mà không ngất xỉu.

Tuyên ngôn

Tôi mạnh mẽ trong Chúa và trong quyền năng của Ngài.

Niềm vui của Ngài làm tôi tươi mới mỗi ngày.

Niêm phong

Nhờ Huyết Chiên Con và Lời hứa của Ngài, tôi được ấn chứng bằng sức mạnh siêu nhiên. Amen.

Lễ Tạ ơn

Cảm ơn Chúa đã nâng đỡ đầu con và mặc cho con sức mạnh.

ĐIỂM LỬA 17 — NGỌN LỬA ĐOÀN KẾT, HÃY CHỮA LÀNH CÁC MỐI QUAN HỆ CỦA TÔI

Có viết rằng:

"Nếu có thể được, hãy hết sức mình mà sống hòa thuận với mọi người." — Rô- ma 12:18

" Hãy cố gắng giữ gìn sự hiệp nhất của Thánh Linh bằng sợi dây hòa bình." — Ê-phê-sô 4: 3

Xưng tội và Ăn năn

Lạy Chúa, con thừa nhận rằng lòng kiêu hãnh, sự ghen tị hoặc lời nói cay nghiệt đã làm tổn thương người khác.

Xin hãy tha thứ cho con và dạy con sự khiêm nhường của Chúa Kitô.

Cầu nguyện

Hỡi ngọn lửa tình yêu, hãy làm tan chảy bức tường ngăn cách giữa tôi và những người tôi đã làm tổn thương.

Hãy để sự tha thứ đến từ cả hai phía.

Xin cho mọi gia đình và tình bằng hữu bị chia rẽ vì xung đột được phục hồi trong ngọn lửa hòa bình của Ngài.

Tuyên ngôn

Tôi là người kiến tạo hòa bình và là người mang đến sự hòa giải.

Nơi nào tôi bước đi, tình yêu của Chúa ngự trị.

NIÊM PHONG

Nhờ Máu và Lửa, tôi niêm phong các mối quan hệ của mình bằng lòng thương xót và sự hiểu biết. Amen.

Lễ Tạ ơn

Cảm ơn Chúa đã chữa lành trái tim và gắn kết chúng con lại với nhau trong tình yêu của Ngài.

ĐIỂM LỬA 18 — NGỌN LỬA CỦA NIỀM VUI, PHỤC HỒI SỰ THỜ PHƯỢNG VÀ NIỀM VUI CỦA TÔI

Người ta viết rằng :

"Trước mặt Chúa có sự vui mừng trọn vẹn." — Thi Thiên 16:11

"Hãy vui mừng trong Chúa luôn luôn ; tôi lại nói nữa : Hãy vui mừng." — Phi-líp 4: 4

Xưng tội và Ăn năn

Lạy Cha, xin tha thứ cho sự lạnh lùng trong thờ phượng và tâm hồn lầm bầm của con.

Con ăn năn vì đã phục vụ Chúa mà không có niềm vui.

Cầu nguyện

Thánh Linh của Đức Chúa Trời Hằng Sống, xin hãy thắp lên ngọn lửa ngợi khen trong con một lần nữa.

Hãy để tro tàn của sự chán nản nhường chỗ cho những bài ca chiến thắng.

Xin đổ đầy miệng con với lời tạ ơn; xin đổ đầy tay con với lòng tôn thờ.

Tuyên ngôn

Tôi sẽ chúc tụng Chúa mọi lúc, Lời ca ngợi Ngài hằng ở trên miệng tôi.

Niềm vui của tôi trọn vẹn và không gì sánh bằng.

Niêm phong

Nhờ Huyết Chiên Con và dầu vui mừng, lời ngợi khen của tôi được ghi dấu đến muôn đời. Amen.

Lễ Tạ ơn

Cảm ơn Chúa đã ban cho con bộ quần áo ngợi khen cho tinh thần nặng nề.

ĐIỂM LỬA 19 — NGỌN LỬA CỦA LÒNG CAN ĐẢM, PHÁ VỠ SỨC MẠNH CỦA SỰ SỢ HÃI VÀ ĐE DỌA

Có viết rằng:

"Vì Đức Chúa Trời chẳng ban cho chúng ta tâm thần nhút nhát, bèn là tâm thần mạnh mẽ, có tình thương yêu và tự chủ." — 2 Ti-mô-thê 1: 7

"Hãy vững lòng bền chí, đừng sợ hãi." — Giô-suê 1: 9

Xưng tội và Ăn năn

Lạy Chúa, con thú nhận rằng nỗi sợ hãi đã hạn chế sự vâng lời của con và làm câm lặng lời chứng của con.

Xin tha thứ cho con vì đã nghi ngờ sự hiện diện của Ngài.

Cầu nguyện

Hỡi ngọn lửa can đảm, hãy giáng xuống tôi.

Đốt cháy sự nhút nhát và đánh thức niềm tin táo bạo.

Xin cho sư tử Giu-đa gầm thét trong tôi chống lại mọi mối đe dọa của bóng tối.

Tuyên ngôn

Tôi không sợ hãi, kiên định và tràn đầy đức tin.

Chúa ở cùng tôi; vì thế tôi sẽ không bị lay chuyển.

NIÊM PHONG

Nhờ Huyết, Lời và Lửa, lòng tôi được niêm ấn trong sự can đảm thánh khiết. Amen.

Lễ Tạ ơn

Cảm ơn Chúa đã biến nỗi sợ hãi của con thành đức tin không sợ hãi.

ĐIỂM CHÁY 20 — LỬA CỦA SỰ GIÁM HỘ, BAO QUANH NHÀ TÔI VÀ NHỮNG NGƯỜI THÂN YÊU

Có viết rằng:

"Vì ta, Đức Giê-hô-va phán, sẽ làm tường lửa chung quanh nó." — Xa-cha-ri 2: 5

"Thiên sứ của Đức Giê -hô-va đóng trại chung quanh những người kính sợ Ngài, và giải cứu họ." — Thi Thiên 34: 7

Xưng tội và Ăn năn

Lạy Cha, xin tha thứ cho mọi sự sao nhãng trong lời cầu nguyện cho gia đình con.

Xin rửa sạch cổng và tường nhà chúng con bằng Huyết của Chúa Jesus.

Cầu nguyện

Lạy Chúa các đạo binh, xin hãy bao bọc ngôi nhà của con bằng ngọn lửa sống động của Ngài.

Hãy để mọi lối vào được che phủ bằng Huyết.

Xin cho hòa bình ngự trị trong tường thành chúng ta và sự công chính ngự trị trong trái tim chúng ta.

Đẩy lùi mọi ảnh hưởng của bạo lực, chia rẽ hoặc tuyệt vọng.

Tuyên ngôn

Nhà của tôi thuộc về Chúa.

Thiên thần canh gác; hòa bình ngự trị; vinh quang trường tồn.

Niêm phong

Nhờ Máu, Lời và Lửa, tôi niêm phong nơi ở của mình trong sự bảo vệ thiêng liêng. Amen.

Lễ Tạ ơn

Lạy Chúa, con cảm tạ Chúa đã biến nơi ở của con thành nơi thánh của sự hiện diện của Ngài.

ĐIỂM CHÁY 21 — NGỌN LỬA PHỤC HỒI DÒNG GIA ĐÌNH TÔI

Có viết rằng:

"Ta sẽ đền bù cho các ngươi những năm bị châu chấu ăn mất." — Giô-ên 2:25

"Dòng dõi người công chính sẽ được giải cứu." — Châm ngôn 11:21

Xưng tội và Ăn năn

Lạy Chúa, con thừa nhận rằng gia đình con đã đi lạc, phá vỡ lời thề và gieo rắc bất hòa.

Xin tha thứ cho chúng con; chữa lành dòng dõi chúng con qua Máu Chúa Jesus.

Tập trung cầu nguyện

Trọng tâm của Mục sư: Dẫn dắt tín đồ ban phước cho từng thế hệ theo tên.

Lạy Cha, xin hãy gửi ngọn lửa phục hồi của Cha đến dòng máu chúng con.

Xin cho mọi ân huệ, phẩm giá và phước lành bị chôn vùi trong các thế hệ trước được trỗi dậy một lần nữa trong sự công chính.

Tuyên ngôn

Gia đình tôi là một cái cây được trồng lại bên dòng sông cuộc đời.

Cội nguồn của chúng ta thấm đẫm ân sủng của Chúa, và trái của chúng ta sẽ nuôi sống các quốc gia.

Niêm phong

Nhờ Máu và lửa thánh, câu chuyện gia đình chúng ta được viết lại trong Chúa Kitô. Amen.

Lễ Tạ ơn

Cảm ơn Chúa đã biến lời nguyền rủa thành phước lành và kết nối các thế hệ trong giao ước của Ngài.

ĐIỂM LỬA 22 — LỬA CHỮA LÀNH TRONG THÂN THỂ VÀ LINH HỒN

Có viết rằng:

"Ta là Đức Giê-hô-va, Đấng chữa lành ngươi." — Xuất Ê-díp - tô Ký 15:26

"Ngài đã ban lời Ngài và chữa lành họ." — Thi Thiên 107: 20

Xưng tội và Ăn năn

Lạy Cha, xin tha thứ cho sự vô tín và sự thờ ơ của con đối với thân xác mà Cha đã ban cho con.

Xin rửa sạch tôi khỏi sự cay đắng làm xương cốt yếu đuối.

Tập trung cầu nguyện

Trọng tâm của Mục sư: Mời cầu nguyện cho sự trọn vẹn—đặt tay hoặc xức dầu nếu thích hợp.

Lạy Chúa Giêsu, xin cho đức tính chữa lành của Chúa chảy qua mọi hệ thống, cơ quan và cảm xúc.

Hãy để ngọn lửa thiêng tiệt trừ mọi gốc rễ của bệnh tật và chấn thương.

Tuyên ngôn

Nhờ lằn roi của Chúa, tôi được chữa lành; linh hồn tôi được thịnh vượng.

Cuộc sống chảy qua tôi như lửa chảy qua vàng.

Niêm phong

Huyết của Chúa Giê-su và Lời hứa ban sức khỏe và sự bình an cho tôi. Amen.

Lễ Tạ ơn

Cảm ơn Chúa đã làm cho con trọn vẹn về tinh thần, tâm hồn và thể xác.

ĐIỂM LỬA 23 — NGỌN LỬA GIẢI THOÁT KHỎI NỀN TẢNG ÁC QUỶ

Có viết rằng:

"Nếu nền móng bị phá hủy, người công chính sẽ làm gì?" — Thi Thiên 11: 3

"Không ai có thể đặt một nền móng nào khác ngoài nền móng đã được đặt, tức là Đức Chúa Jêsus Christ." — 1 Cô-rinh- tô 3:11

Xưng tội và Ăn năn

Lạy Chúa, con thú nhận rằng cuộc đời con được xây dựng trên nỗi sợ hãi, lòng kiêu hãnh và truyền thống.

Xin hãy tha thứ cho con; hãy trở thành nền tảng duy nhất bên dưới con.

Tập trung cầu nguyện

Mục tiêu của Mục sư: Dẫn dắt tín đồ từ bỏ những khuôn mẫu cũ và dâng hiến gia đình, công việc và bản sắc của mình cho Chúa Kitô.

Lạy Chúa, xin cho mọi trụ cột lỗi lầm đều sụp đổ.

Xin đặt nền tảng chân lý và tình yêu của Ngài sâu thẳm trong con.

Tuyên ngôn

Cuộc sống của tôi dựa vào Chúa Kitô là Tảng Đá vững chắc; bão tố có thể ập đến, nhưng tôi sẽ không ngã xuống.

Niêm phong

Nhờ Máu và Lửa của Chúa Jesus, nền tảng của tôi vững chắc không thể lay chuyển. Amen.

Lễ Tạ ơn

Cảm ơn Chúa đã xây dựng lại con trên Tảng Đá không bao giờ di chuyển.

ĐIỂM HỎA 24 — NGỌN LỬA CHIẾN THẮNG ÁP LỰC VÀ BẤT CÔNG

Có viết rằng:

một vũ khí nào chế tạo để chống lại ngươi sẽ thành công." — Ê-sai 54:17

"Đức Giê-hô-va là nơi ẩn náu cho người bị áp bức." — Thi Thiên 9: 9

Xưng tội và Ăn năn

Lạy Chúa, con tha thứ cho những ai đã làm sai với con.

Xin rửa sạch con khỏi sự báo thù và dạy con tin vào công lý của Ngài.

Tập trung cầu nguyện

Trọng tâm của Mục sư: Hướng dẫn xưng tội; cầu nguyện lớn tiếng Thi thiên 35 hoặc 91.

Lạy Chúa Công Lý, xin hãy trỗi dậy trong ngọn lửa của Ngài và xua tan sự áp bức.

Hãy để sự công chính và hòa bình hòa quyện vào câu chuyện của tôi.

Tuyên ngôn

Tôi không chỉ là người chiến thắng; sự thật và lòng thương xót bảo vệ con đường của tôi.

NIÊM PHONG

Máu và lửa của Chúa Kitô đánh dấu tôi là người chiến thắng trong mọi thử thách. Amen.

Lễ Tạ ơn

Cảm ơn Chúa đã chiến đấu vì con và trao cho con vương miện vinh dự .

ĐIỂM LỬA 25 — LỬA CỦA SỰ PHÂN BIỆT VÀ TẦM NHÌN TÂM LINH

Có viết rằng:

"Xin mở mắt tôi, để tôi thấy những điều kỳ diệu trong luật pháp của Chúa." — Thi Thiên 119: 18

thì cả thân thể ngươi sẽ đầy dẫy sự sáng." — Ma-thi-ơ 6:22

Xưng tội và Ăn năn

Lạy Chúa, xin tha thứ cho sự chai lì trong lòng con và sự xao lãng của con bởi tiếng ồn ào của thế gian.

Xin rửa sạch mắt con trong Huyết Chúa; xin cho con được thấy như Chúa thấy.

Tập trung cầu nguyện

Trọng tâm của Mục sư: Cầu nguyện cho các giác quan thuộc linh của tín đồ—thị giác, thính giác, nhận thức—được sắc bén hơn.

Thánh Linh Chân Lý, xin thắp sáng ngọn đèn trong con.

Hãy để những viễn cảnh sai lầm phai mờ và sự mặc khải chân thực bùng cháy.

Tuyên ngôn

Mắt tôi chiêm ngưỡng vinh quang của Chúa.

Tôi bước đi trong ánh sáng; Tôi nhận ra con đường bình an.

NIÊM PHONG

Nhờ Máu Chúa Jesus và Lửa soi sáng, tầm nhìn bên trong của tôi được thánh hóa. Amen.

Lễ Tạ ơn

Cảm ơn Chúa đã mở mắt con để con thấy được những điều kỳ diệu của Ngài.

ĐIỂM LỬA 26 — NGỌN LỬA ỔN ĐỊNH TRONG MÙA THAY ĐỔI

Có viết rằng:

"Đức Chúa Jêsus Christ hôm qua, ngày nay , và cho đến đời đời không hề thay đổi ." — Hê-bơ-rơ 13: 8

"Những người tin cậy Đức Giê-hô-va sẽ như núi Si-ôn không thể lay chuyển." — Thi Thiên 125: 1

Xưng tội và Ăn năn

Lạy Chúa, xin tha thứ cho sự lo lắng của con trong thời gian chuyển tiếp.

Con đã nghi ngờ sự kiên định của Chúa; xin hãy đổi mới đức tin của con.

Tập trung cầu nguyện

Lạy Cha, xin neo giữ con trong Lời Cha khi mọi thứ thay đổi.

Xin ngọn lửa của Chúa rèn luyện lòng kiên nhẫn và khả năng phục hồi trong con.

Tuyên ngôn

Tôi vững vàng vì Chúa của tôi không bao giờ thay đổi.

Gió có thể thổi, nhưng ân sủng sẽ bám rễ sâu vào tôi.

Niêm phong

Nhờ Máu, Lời Chúa và Lửa kiên định, lòng tôi hướng về Chúa. �� Amen.

Lễ Tạ ơn

Cảm ơn Chúa vì đã là chỗ dựa vững chắc của con trong thế giới luôn thay đổi này.

ĐIỂM LỬA 27 — LỬA CỦA TRÍ TUỆ CHO QUYẾT ĐỊNH VÀ CHIẾN LƯỢC

Có viết rằng:

"Nếu ai trong anh em thiếu khôn ngoan, hãy cầu xin Đức Chúa Trời." — Gia-cơ 1: 5

"Tai ngươi sẽ nghe có tiếng đằng sau ngươi rằng: Nầy là đường đây , hãy noi theo!" — Ê- sai 30:21

Xưng tội và Ăn năn

Lạy Chúa, xin tha thứ cho sự vội vàng và tự phụ của con.

Xin dạy con biết chờ đợi lời khuyên của Chúa.

Tập trung cầu nguyện

Trọng tâm của Mục sư: Khuyến khích sự im lặng và lắng nghe trước Chúa.

Lạy Thánh Thần Trí Tuệ, xin thắp lên ngọn lửa của Ngài trong tâm trí con.

Xin dẫn dắt bước chân con bằng sự sáng suốt; xin hãy để sự bối rối tan biến trước tiếng nói của Ngài.

Tuyên ngôn

Tôi có tâm trí của Đấng Christ; tôi đưa ra quyết định theo lời khuyên của Ngài.

NIÊM PHONG

Nhờ Máu Chúa Giêsu và Lửa mặc khải, con đường của tôi được sắp xếp trong sự khôn ngoan. Amen.

Lễ Tạ ơn

Cảm ơn Chúa đã dẫn dắt con trên con đường vĩnh cửu.

ĐIỂM LỬA 28 — LỬA CỦA SỰ PHỤC VỤ THÁNH THIỆN VÀ LÒNG KHIÊM NHƯỜNG

Có viết rằng:

"Ai muốn làm đầu trong các ngươi, thì phải làm người phục vụ các ngươi." — Ma-thi- ơ 20:27

"Ngài đã hạ mình xuống và vâng phục cho đến chết." — Phi-líp 2: 8

Xưng tội và Ăn năn

Lạy Chúa, xin tha thứ cho lòng kiêu hãnh và mong muốn được khen ngợi.

Xin rửa sạch con trong sự khiêm nhường và khôi phục lại niềm vui phục vụ.

Tập trung cầu nguyện

Lạy Chúa Giêsu, xin hãy đốt cháy tham vọng ích kỷ.

Xin ngọn lửa tình yêu của Chúa biến con thành người phục vụ chân chính cho mọi người.

Hãy dùng đôi tay, lời nói và thời gian của tôi như những công cụ của ân sủng.

Tuyên ngôn

Tôi phục vụ với niềm vui; tôi lãnh đạo bằng tình yêu.

Sự vĩ đại của Chúa Kitô được bày tỏ qua tôi.

Niêm phong

Nhờ Máu và Lửa khiêm nhường, tôi được đóng ấn làm người tôi tớ trung thành. Amen.

Lễ Tạ ơn

Lạy Chúa, con cảm tạ Chúa vì đã coi con là xứng đáng để phục vụ trong nhà Ngài.

ĐIỂM LỬA 29 — LỬA CỦA SỰ CẦU THAY VÀ LÒNG THƯƠNG XÓT CHO CÁC LINH HỒN

Có viết rằng:

"Vậy hãy cầu xin chủ mùa gặt sai thợ gặt đến gặt lúa của mình." — Ma-thi - ơ 9:38

"Lời cầu nguyện sốt sắng và có năng lực của người công chính thật có giá trị nhiều." — Gia-cơ 5:16

Xưng tội và Ăn năn

Lạy Chúa, xin tha thứ cho sự thờ ơ của con đối với những người hư mất.

Xin làm tan nát trái tim con vì những gì làm tan nát trái tim Chúa.

Tập trung cầu nguyện

Trọng tâm của Mục sư: Dẫn đầu trong việc cầu thay cho các quốc gia, các nhà lãnh đạo và những người chưa được cứu rỗi.

Thánh Linh của ân sủng và lời cầu nguyện, xin đốt cháy trái tim con vì các linh hồn.

Xin cho lời cầu nguyện của con trở thành kênh truyền tải lòng thương xót trên khắp trái đất.

Tuyên ngôn

Tôi đứng trong khoảng trống; lời cầu nguyện của tôi như hương trầm trước Chúa.

NIÊM PHONG

Nhờ Máu Chúa Giêsu và Lửa thương xót, lời cầu bầu của tôi vẫn còn mãi. Amen.

Lễ Tạ ơn

Cảm ơn Chúa đã chia sẻ gánh nặng của Ngài cho thế giới với con.

ĐIỂM LỬA 30 — LỬA VINH QUANG VÀ SỰ HIỆN DIỆN LIÊN TỤC

Có viết rằng:

"Nhưng chúng ta ai nấy đều để mặt trần mà nhìn xem sự vinh hiển của Chúa như trong một tấm gương, thì đều biến đổi." — 2 Cô-rinh- tô 3:18

"Người công chính chắc chắn sẽ cảm tạ danh Chúa; người ngay thẳng sẽ ở trước mặt Chúa." — Thi Thiên 140: 13

Xưng tội và Ăn năn

Lạy Chúa, xin tha thứ cho con vì đã xem nhẹ sự hiện diện của Ngài.

Xin hãy rửa sạch con khỏi sự xao lãng và tự tôn.

Tập trung cầu nguyện

Mục sư tập trung: Dẫn dắt buổi thờ phượng cho đến khi nhận thức về sự hiện diện của Chúa tràn ngập căn phòng.

Lạy Cha, xin cho vinh quang của Cha bùng lên như ngọn lửa trong và xung quanh con.

Hãy tiêu thụ những cặn bã; hãy bộc lộ vẻ đẹp của Chúa Jesus trong cuộc đời tôi.

Tuyên ngôn

Vinh quang của Chúa bao phủ tôi; sự hiện diện của Ngài là bầu không khí của tôi.

Niêm phong

Nhờ Huyết, Lời và Lửa vinh quang của Ngài, tôi được ẩn náu trong sự hiện diện của Ngài mãi mãi. Amen.

Lễ Tạ ơn

Cảm ơn Chúa vì đã ở cùng con và biến con thành người mang ánh sáng của Ngài.

ĐIỂM LỬA 31 — LỬA CỦA SỰ HIẾN HIẾN VÀ TAY SẠCH

Có viết rằng:

"Ai sẽ được lên núi Đức Giê-hô-va? Ai sẽ được đứng trong nơi thánh của Ngài? Ấy là người có tay trong sạch và lòng thanh khiết." — Thi Thiên 24: 3–4

"Hãy dâng thân thể mình làm của lễ sống, thánh khiết, đẹp lòng Đức Chúa Trời." — Rô-ma 12: 1

Xưng tội và Ăn năn :

Lạy Chúa, con ăn năn vì sự thỏa hiệp và bất cẩn. Xin thanh tẩy động cơ và hành động của con trong Huyết Chúa.

Trọng tâm cầu nguyện: Lửa thánh hiến, xin hãy tinh luyện động cơ của con. Xin cho mọi việc con làm đều xuất phát từ tình yêu thương và chân lý. Trọng tâm của Mục sư: dẫn dắt trong việc tái tận hiến cuộc đời và phục vụ.

Tuyên ngôn

Tay tôi thánh thiện; công việc của tôi tôn vinh Đức Vua.

Hải cẩu và Lễ Tạ ơn:

Nhờ Huyết và lửa thánh, tôi được biệt riêng ra cho Đức Chúa Trời. Amen.

ĐIỂM LỬA 32 — LỬA CỦA SỰ TUÂN THỦ VÀ SỰ CÂN BẰNG

Có viết rằng:

"Vâng lời tốt hơn dâng của lễ." — 1 Sa-mu- ên 15:22

"Nếu các ngươi yêu mến ta, thì giữ gìn các điều răn của ta." — Giăng 14:15

Xưng tội và Ăn năn:

Lạy Chúa, xin tha thứ cho những lần con nghe nhưng không vâng lời.

Trọng tâm cầu nguyện: Lạy Thánh Linh của sự kính sợ Chúa, xin khắc ghi sự vâng phục vào lòng con. Xin cho ý muốn con hòa hợp với ý muốn của thiên đàng.

Tuyên ngôn:

Lạy Chúa, con vui thích làm theo ý Chúa; Luật Chúa ở trong lòng con.

Hải cẩu và Lễ Tạ ơn :

Nhờ Huyết và Lời giao ước, tôi bước đi trong sự vâng phục vui mừng. Amen.

ĐIỂM LỬA 33 — NGỌN LỬA CỦA NIỀM TIN VÀ NIỀM TIN VỮNG CHẮC

Có viết rằng:

"Người công chính sẽ sống bởi đức tin của mình." — Habakkuk 2: 4

"Sự chiến thắng của thế gian chính là đức tin của chúng ta." — 1 Giăng 5: 4

Xưng tội và Ăn năn:

Lạy Chúa, xin tha thứ cho sự nghi ngờ và sự vô tín của con.

Trọng tâm cầu nguyện: Lạy Chúa Thánh Linh, xin thắp sáng đức tin của con một lần nữa. Xin cho mọi nỗi sợ hãi tan biến trước lời hứa của Ngài.

Trọng tâm của Mục sư: nói to Kinh thánh về đức tin; khuyến khích tuyên bố lòng tin.

Tuyên bố : Tôi tin Đức Chúa Trời; do đó tôi thấy vinh quang của Ngài.

Ấn tín và Lễ Tạ ơn: Ngọn lửa đức tin cháy sáng mãi mãi trong tôi. Amen.

ĐIỂM LỬA 34 — LỬA CỦA NIỀM VUI VÀ LỜI CA NGỢI TRONG KHỔ ĐAU

Có viết rằng:

"Hãy vui mừng trong Chúa luôn ." — Phi-líp 4: 4

"Sự vui mừng của Đức Giê-hô-va là sức mạnh của các ngươi." — Nê-hê-mi 8:10

Xưng tội và Ăn năn:

Lạy Chúa, xin tha thứ cho những lời than phiền của con; xin dạy con biết ơn.

Trọng tâm cầu nguyện: Lạy Chúa, xin cho lời ngợi khen bùng lên như ngọn lửa giữa những thử thách; biến nỗi buồn thành bài ca.

Tuyên ngôn:

Tôi vui mừng bởi đức tin; lời ngợi khen của tôi phá tan xiềng xích.

Hải cẩu và Lễ Tạ ơn:

Nhờ Máu và dầu vui mừng, niềm vui của tôi được trọn vẹn. Amen.

ĐIỂM LỬA 35 — LỬA CỦA LÒNG THƯƠNG XÓT VÀ SỰ THA THỨ

Có viết rằng:

"Phước cho những kẻ hay thương xót, vì họ sẽ được thương xót." — Ma-thi-ơ 5: 7

"Hãy đối xử tử tế với nhau... tha thứ nhau như Đức Chúa Trời đã tha thứ anh em trong Đấng Christ." — Ê-phê- sô 4:32

Xưng tội và Ăn năn:

Lạy Chúa, xin tha thứ cho lòng chai đá của con; xin dạy con biết mở rộng lòng thương xót.

Trọng tâm cầu nguyện: Lạy Cha, xin đổ lòng thương xót của Cha qua con cho đến khi con trở thành công cụ chữa lành cho người khác.

Tuyên ngôn :

Tôi bước đi trong sự thương xót; sự xúc phạm không tìm được chỗ trong tôi.

Hải cẩu và Lễ Tạ ơn:

Nhờ Máu thương xót, tôi được tự do tha thứ và được tha thứ. Amen.

ĐIỂM LỬA 36 — LỬA CỦA SỰ CẦU NGUYỆN VÀ SỰ CẢNH GIÁC

Có viết rằng:

thức và cầu nguyện, kẻo các ngươi sa vào chước cám dỗ." — Ma-thi-ơ 26:41

"Người ta phải cầu nguyện luôn, đừng nản lòng." — Luca 18: 1

XƯNG TỘI VÀ ĂN NĂN:

Lạy Chúa, xin tha thứ cho sự thiếu cầu nguyện và mất tập trung.

Trọng tâm cầu nguyện: Lạy Thánh Linh của ân điển và lời cầu nguyện, xin đánh thức con. Xin khiến con tỉnh thức trong Thánh Linh ngày đêm.

Tuyên ngôn:

Bàn thờ của Ta luôn cháy sáng; Ta là người canh gác trên tường thành.

Hải cẩu và Lễ Tạ ơn:

Nhờ Máu và Lửa kiên trì, đời sống cầu nguyện của tôi sẽ không bao giờ tắt. Amen.

ĐIỂM HỎA 37 — NGỌN LỬA HÒA BÌNH TRONG BÃO BÃO

Có viết rằng:

"Ngài sẽ gìn giữ người nào có lòng trông cậy nơi Ngài trong sự bình an trọn vẹn." — Ê-sai 26: 3

" Ta để lại sự bình an cho các ngươi; ta ban sự bình an của ta cho các ngươi." — Giăng 14:27

Xưng tội và Ăn năn:

Lạy Chúa, xin tha thứ cho sự hoảng loạn và lo lắng;

Con hướng mắt về Ngài.

Tiêu điểm cầu nguyện: Chúa tể hòa bình, xin thổi hơi vào cơn bão xung quanh con; hãy phán: "Hãy yên lặng, lặng đi."

Tuyên ngôn:

Gió vâng lời Chúa; tôi nghỉ ngơi trong sự bình yên của Ngài.

Hải cẩu và Lễ Tạ ơn:

Nhờ Máu hòa giải, hòa bình ngự trị bên trong và bên ngoài. Amen.

ĐIỂM HỎA 38 — ẢNH HƯỞNG VÀ TÁC ĐỘNG CỦA LỬA VƯƠNG QUỐC

Có viết rằng:

"Các ngươi là sự sáng của thế gian... các ngươi là muối của đất." — Ma-thi-ơ 5: 13–14

"Đất sẽ đầy dẫy sự hiểu biết về vinh quang của Đức Giê-hô-va." — Ha-ba- cúc 2:14

Xưng tội và Ăn năn:

Lạy Chúa, xin tha thứ cho việc che giấu ánh sáng; xin tha thứ cho sự thỏa hiệp trong việc làm chứng.

Trọng tâm cầu nguyện: Chúa Thánh Thần, xin hãy thắp sáng ảnh hưởng của con; xin hãy để sự chính trực và tình yêu thay đổi phạm vi của con.

Tuyên ngôn:

Tôi là ánh sáng trong bóng tối, là muối có hương vị , là sứ giả của Đức Vua.

Hải cầu và Lễ Tạ ơn:

Nhờ Máu và Lửa truyền giáo, cuộc đời tôi tỏa sáng và mang lại ảnh hưởng cho vương quốc. Amen.

ĐIỂM LỬA 39 — LỬA CỦA SỰ BỀN BỈ VÀ ÂN SỦNG HOÀN THIỆN

Có viết rằng:

"Ai bền chí đến cùng, người ấy sẽ được cứu." — Ma-thi- ơ 24:13

"Ta đã đánh trận tốt lành, đã xong sự chạy của mình." — 2 Ti-mô-thê 4: 7

Xưng tội và Ăn năn:

Lạy Chúa, xin tha thứ cho tinh thần bỏ cuộc; xin đổi mới lòng kiên trì trong con.

Trọng tâm cầu nguyện: Xin ban sức mạnh cho đôi tay con, củng cố quyết tâm của con, để ngọn lửa kiên nhẫn thanh luyện con cho đến khi con hoàn thành tốt đẹp.

Tuyên ngôn:

Tôi tiến tới mục tiêu; không gì có thể khiến tôi quay lại.

Hải cẩu và Lễ Tạ ơn:

Nhờ Máu giao ước và Lửa kiên nhẫn, tôi sẽ kết thúc trong niềm vui. Amen.

ĐIỂM LỬA 40 — LỬA CỦA VINH QUANG VÀ SỰ THỜ PHƯỢNG VĨNH CỬU

Có viết rằng:

"Nguyện Vua muôn đời, bất diệt, vô hình, tức là Đức Chúa Trời có một, được tôn quí và vinh hiển đời đời vô cùng." — *1 Ti-mô-thê 1:17*

" Và họ đã thắng được nó... nhưng họ không tiếc mạng sống mình cho đến chết." — *Khải Huyền 12:11*

Xưng tội và Ăn năn:

Lạy Chúa, xin tha thứ mọi sự kiêu ngạo và tự đề cao; mọi vinh quang đều thuộc về Ngài.

Trọng tâm cầu nguyện: Xin cho cuộc sống con luôn thờ phượng; xin cho vinh quang của Chúa được bày tỏ trong con và qua con mãi mãi.

Tuyên ngôn:

Vương quốc, quyền năng và vinh quang đều thuộc về Ngài.

Con sống để thờ phượng Ngài mãi mãi.

Hải cẩu và Lễ Tạ ơn:

Nhờ Huyết Chiên Con và Lửa thờ phượng đời đời, tôi được ràng buộc với ngai ân điển. Amen.

KẾ HOẠCH SỐNG TRONG LỜI CHÚA

Khung suy ngẫm và đổi mới Kinh thánh hàng ngày

"Quyển sách luật pháp này chớ xa miệng ngươi; hãy suy gẫm ngày và đêm, hầu cho cẩn thận làm theo mọi điều đã chép ở trong; vì như vậy ngươi mới được may mắn trong con đường mình, và mới được phước." — Giô-suê 1: 8

Sự giải thoát được duy trì bởi kỷ luật, và kỷ luật được duy trì bởi Lời Chúa.

Chính Chúa Giê-su đã đuổi quỷ trong Lu-ca 9 đã chiến thắng ma quỷ trong Lu-ca 4 bằng Lời đã viết — "Có lời chép rằng."

Để duy trì sự tự do, bạn phải luôn tràn đầy năng lượng.

Kế hoạch này là thói quen đổi mới hàng ngày của bạn — một chương trong Cựu Ước, một chương trong Tân Ước — nuôi dưỡng cả giao ước và ân điển, sự khôn ngoan và quyền năng.

CẤU TRÚC ĐỌC HÀNG NGÀY

1. Đọc một chương trong Cựu Ước

Bắt đầu với Genesis và tiến triển theo tốc độ của bạn.

Hãy xem cách Chúa xây dựng, kêu gọi, cứu chuộc và phục hồi.

2. Đọc một chương trong Tân Ước

Bắt đầu với Matthew và hành trình qua sách Khải Huyền.

Hãy xem Chúa Giêsu thực hiện những gì Luật pháp và các Tiên tri đã tuyên bố như thế nào.

3. Hãy cầu xin Đức Thánh Linh phán trước khi bạn đọc

Hãy thì thầm lời cầu nguyện này:

"Lạy Thánh Linh, xin mở mắt con để con thấy những điều kỳ diệu trong Lời Ngài." — Thi Thiên 119: 18

CÁC CÂU HỎI SUY NGẪM

Sau khi đọc, hãy viết ngắn gọn câu trả lời của bạn mỗi ngày.

Những câu hỏi này sẽ giúp bạn cải thiện thính giác và biến việc đọc thành sự khám phá.

1. Đức Chúa Trời đang phán điều gì?

Hãy lưu ý bất kỳ lời trực tiếp nào từ Chúa Cha — mệnh lệnh, lời hứa hoặc lời cảnh báo.

2. Chúa Giê-su đang nói gì?

Lời nói, phép lạ hoặc hành động của Ngài tiết lộ điều gì về tấm lòng và vương quốc của Ngài?

3. Đức Thánh Linh đang phán điều gì?

Đức Thánh Linh thuyết phục, an ủi hoặc hướng dẫn tôi qua những gì tôi đọc như thế nào?

4. Nhà tiên tri, sứ đồ hoặc tác giả đang nói gì theo sự hướng dẫn của Đức Thánh Linh?

Xác định nguyên lý thiêng liêng đằng sau lời giảng dạy hoặc câu chuyện của họ.

5. Tôi đang học gì?

Tóm tắt những hiểu biết sâu sắc, sự điều chỉnh hoặc sự khích lệ nhận được ngày hôm nay.

6. Tôi được lệnh hoặc được dạy phải làm gì?

Viết ra bất kỳ bước vâng lời rõ ràng nào.

7. Tôi nên áp dụng như thế nào?

Hãy thực tế. Bạn có thể bắt đầu, dừng lại hoặc thay đổi điều gì hôm nay?

8. Khi nào tôi nên áp dụng?

Đặt mốc thời gian hoặc hành động ngay lập tức (ví dụ: "Hôm nay", "Trước khi đi ngủ", "Cuộc họp tiếp theo").

9. Sau khi tôi áp dụng, kết quả thế nào?

Ghi lại kết quả hoặc sự thay đổi bên trong mà bạn nhận thấy sau khi vâng lời.

10. Lời chứng thực là gì?

Hãy lưu ý những điều bạn có thể cảm ơn Chúa và chia sẻ với người khác.

11. Hôm nay tôi có thể chia sẻ điều này với ai?

Mỗi chân lý khi được gieo trồng đều trở thành hạt giống. Hãy tìm một người để khích lệ mỗi ngày.

MỤC TIÊU

Vào cuối mỗi tuần, hãy xem lại ghi chú và lời chứng của bạn.

Hãy xem phản ứng của bạn trở nên sâu sắc hơn, thính giác của bạn rõ ràng hơn và đức tin của bạn vững chắc hơn.

Trong một năm, bạn sẽ đọc hết toàn bộ Kinh thánh và viết một bản ghi chép cá nhân về những cuộc gặp gỡ thiêng liêng—bằng chứng cho thấy Lời Chúa có hiệu quả.

NHỚ

Tự do được duy trì là tự do được nhân lên.

Mỗi lần bạn mở Kinh Thánh, bạn mở ra một cánh cửa để Chúa phán dạy lần nữa.

Con rắn không thể cắn nơi hàng rào Kinh Thánh đứng vững.

Hãy để Lời Chúa ngự trị dồi dào trong bạn—làm mới tâm trí bạn, thanh tẩy động cơ của bạn và trang bị miệng bạn để luôn nói rằng: "Có lời chép rằng."

"Lời Chúa là ngọn đèn cho chân tôi, là ánh sáng cho đường lối tôi." — Thi Thiên 119: 105

SỐNG TRONG LỜI CHÚA — ĐƠN XIN MẪU -1

Sáng thế ký 3 và Khải huyền 3
(Ví dụ về việc học hàng ngày bằng cách sử dụng các câu hỏi suy ngẫm)

1. ĐỨC CHÚA TRỜI ĐANG phán điều gì?

Sáng thế ký 3:

Chúa đang nói rằng sự bất tuân sẽ mở ra cánh cửa dẫn đến sự lừa dối và cái chết.

Ngài tỏ mình là một người Cha, Đấng vẫn gọi ngay cả sau khi thất bại: "Ađam, ngươi ở đâu?" (câu 9).

Sự phán xét đến, nhưng lòng thương xót vẫn lên tiếng—một lời hứa cứu chuộc thông qua "dòng dõi của người nữ".

Khải Huyền 3:

Chúa nói rằng Ngài biết công việc của Hội Thánh Ngài.

Ông cảnh báo những người thờ ơ rằng sự thờ ơ cũng nguy hiểm như sự nổi loạn, nhưng mở ra cánh cửa cho những ai vẫn trung thành.

Anh đứng ở cửa và gõ cửa, vẫn mong muốn được kết bạn.

2. Chúa Giê-su đang nói gì?

Trong Sáng thế ký 3, Chúa Giê-su là Hạt giống được hứa sẽ đạp đầu con rắn—Lời hy vọng ẩn giấu của Đức Chúa Trời giữa lời nguyền rủa.

Trong Khải Huyền 3, Chúa Giê-su phán trực tiếp: "Này, Ta đứng ngoài cửa mà gõ." Ngài kêu gọi các tín đồ đến với sự thân mật mới, hứa rằng: "Kẻ nào thắng, Ta sẽ cho ngồi với Ta trên ngai Ta."

Ngài đang nói, "Hãy trở về với tình yêu ban đầu. Hãy mở cửa lại."

3. Đức Thánh Linh đang phán điều gì?

Thánh Linh nhắc nhở tôi rằng tội lỗi bắt đầu như một sự gợi ý trước khi trở thành sự phản nghịch.

Ngài cảnh báo tôi phải cẩn thận với những cuộc trò chuyện, suy nghĩ và mong muốn đặt câu hỏi về lòng nhân từ của Chúa.

Ông cũng thì thầm, "Hãy giữ ngọn lửa của bạn cháy mãi; đừng nguội lạnh."

4. Nhà tiên tri, sứ đồ hoặc tác giả đang nói gì theo sự hướng dẫn của Đức Thánh Linh?

Moses ghi lại sự sa ngã đầu tiên của nhân loại để chỉ ra nguồn gốc của mọi sự đổ vỡ—và nhu cầu cần có Đấng Cứu Chuộc.

Giăng viết Khải Huyền 3 để vạch trần sự tự mãn về mặt tâm linh và kêu gọi Hội Thánh ăn năn.

Cả hai đều rao giảng một sự thật: Đức Chúa Trời vẫn mong muốn sự thông công; tội lỗi và sự tự lực phá vỡ điều đó.

5. Tôi đang học gì?

Sự vâng lời giữ tôi ở lại vườn địa đàng; sự tò mò vô giới hạn đẩy tôi ra ngoài.

Tiếng nói của Chúa vẫn tìm kiếm tôi khi tôi ẩn náu.

Chúa Giê-su coi trọng mối quan hệ hơn nghi lễ—Ngài gõ cửa chứ không ép buộc vào.

Đức tin nguội lạnh xúc phạm đến Chúa vì nó không phản ánh đúng sự đau khổ của Ngài.

6. Tôi được lệnh hoặc được dạy phải làm gì?

Hãy lắng nghe trước khi hành động; hãy hỏi kẻ cám dỗ, chứ không phải sự thật.

Hãy nhanh chóng ăn năn khi bị kết tội.

Xin giữ cánh cửa trái tim con luôn mở để hiệp thông mỗi ngày.

Hãy giữ lòng nhiệt thành; duy trì nhiệt huyết tâm linh thông qua cầu nguyện, thờ phượng và vâng lời.

7. Tôi nên áp dụng như thế nào?

Bắt đầu mỗi buổi sáng bằng câu hỏi: "Lạy Chúa, con đang ở đâu?"—mời Ngài định vị tôi về mặt tâm linh.

Kết thúc mỗi ngày bằng việc mở rộng trái tim mình ra một lần nữa: "Lạy Chúa Giê-su, xin hãy vào."

Từ chối nội dung khơi dậy sự nghi ngờ, ham muốn hoặc lòng kiêu hãnh—cũng chính là cánh cổng đã lừa dối Eva.

Thay thế việc lướt web nhàn rỗi bằng việc đọc Kinh Thánh; thay thế việc phàn nàn bằng lòng biết ơn.

8. Khi nào tôi nên áp dụng?

Ngay lập tức—hôm nay.

Con rắn cám dỗ hằng ngày; Đấng Cứu Thế gõ cửa hằng ngày. Tôi cũng phải đáp lại hằng ngày.

9. Sau khi tôi áp dụng, kết quả thế nào?

Sự bình yên đã trở lại trong suy nghĩ của tôi.

Sự cám dỗ đã mất đi tiếng nói khi tôi trả lời: "Đã có lời chép rằng."

Việc giao lưu trở nên dễ dàng hơn; lời cầu nguyện trở nên nhẹ nhàng hơn; giấc ngủ sâu hơn.

Cùng một Lời đã kết án cũng là Lời an ủi.

10. Lời chứng thực là gì?

Khi tôi nhanh chóng vâng lời, tôi cảm thấy vườn địa đàng mở ra bên trong.

Nơi mà sự xấu hổ từng thì thầm, giờ đây ân sủng lên tiếng mạnh mẽ hơn.

Sự hiện diện của Chúa không còn xa vời nữa; Ngài đồng hành cùng tôi trong sự mát mẻ của ngày.

Tôi đã học được rằng thanh gươm rực lửa ở cổng vườn địa đàng không bao giờ để giữ tôi ở ngoài—mà để ngăn chặn tội lỗi quay trở lại.

11. Hôm nay tôi có thể chia sẻ điều này với ai?

Một người bạn cảm thấy mình không xứng đáng với Chúa sau khi lại sa ngã.

Tôi sẽ nói với họ: "Người vẫn đi trong vườn và gọi tên bạn."

Và với những ai đã mệt mỏi trong đức tin, tôi xin chia sẻ Khải Huyền 3:20—Ngài vẫn gõ cửa.

Tóm tắt thông tin chi tiết

Từ Sáng thế ký 3 đến Khải huyền 3, câu chuyện đều giống nhau:

Thiên Chúa vẫn luôn tìm kiếm sự thông công; con người vẫn luôn đóng chặt cửa; nhưng lòng thương xót vẫn luôn gõ cửa.

Sự giải thoát bắt đầu khi tôi mở cánh cửa một lần nữa—một cách trọn vẹn, hàng ngày và vui vẻ.

"Này, Ta đã đặt trước mặt ngươi một cánh cửa mở, không ai có thể đóng được." — Khải Huyền 3: 8

SỐNG TRONG LỜI CHÚA — ĐƠN XIN MẪU 2

Sáng thế ký 6 và Lu-ca 4
(Ví dụ về việc học hàng ngày bằng cách sử dụng các câu hỏi suy ngẫm)

1. ĐỨC CHÚA TRỜI ĐANG phán điều gì?

Sáng thế ký 6:

Đức Chúa Trời đang nói rằng sự gian ác không được kiểm soát sẽ làm đau lòng Ngài.

Ngài nhìn thấy sự bại hoại của nhân loại và tuyên bố rằng Thánh Linh của Ngài sẽ không đấu tranh với xác thịt mãi mãi.

Tuy nhiên, ngay cả trong sự phán xét, Ngài vẫn nhớ đến lòng thương xót—Ngài chọn Nô-ê là người đã tìm được ân điển.

Luca 4:

Chúa đang nói rằng chiến thắng trước sự cám dỗ đến từ việc vâng theo Lời Ngài.

Chúa Giê-su, đầy dẫy Đức Thánh Linh, đối mặt với ma quỷ và chiến thắng nhờ Kinh Thánh.

Đức Chúa Trời khẳng định rằng Lời Ngài là vũ khí và sự phòng thủ đầy đủ
.

2. Chúa Giê-su đang nói gì?

Trong Sáng thế ký 6, Chúa Giê-su là Con tàu cứu rỗi sắp đến—được báo trước qua sự vâng lời của Nô-ê.

Trong Luca 4, Chúa Giê-su nói trực tiếp với kẻ thù: "Có lời chép rằng."

Ông dạy rằng mọi tín đồ đều có thể đứng vững bằng cách biết, tin và tuyên bố Lời Chúa.

3. Đức Thánh Linh đang phán điều gì?

Ông cảnh báo: "Hãy bảo vệ môi trường và trí tưởng tượng của bạn."

Sự tham nhũng bắt đầu khi con người theo đuổi những gì làm vui mắt mình thay vì những gì làm vui lòng Chúa.

Ông thúc giục sự đổi mới liên tục thông qua Kinh thánh và lời cầu nguyện, nhắc nhở rằng sự cám dỗ luôn tấn công vào bản sắc trước tiên —" Nếu ngươi là Con Đức Chúa Trời..."

4. Nhà tiên tri, sứ đồ hoặc tác giả đang nói gì theo sự hướng dẫn của Đức Thánh Linh?

Moses tiết lộ rằng tội lỗi, một khi được dung thứ, sẽ lan truyền qua nhiều thế hệ; sự vâng lời, một khi được lựa chọn, sẽ bảo tồn dòng dõi.

Lu-ca ghi lại rằng ngay cả Con Đức Chúa Trời cũng phải đối mặt với cám dỗ, cho thấy với các tín đồ rằng sự thánh khiết được chứng minh bằng sự vâng lời được thử thách, chứ không phải sự cô lập.

5. Tôi đang học gì?

Sự thánh thiện bảo vệ; sự thỏa hiệp mời gọi sự hủy diệt.

Ân điển có thể bảo vệ một người trong thế giới thối nát.

Kinh thánh được nói ra bằng đức tin sẽ làm im tiếng những lời dối trá của kẻ thù.

Sự cám dỗ sẽ bị đánh bại bởi sự thật đã được chuẩn bị trước, chứ không phải sự hoảng loạn vào phút chót.

6. Tôi được lệnh hoặc được dạy phải làm gì?

Xây dựng một con tàu vâng lời—những kỷ luật hàng ngày bảo vệ tâm hồn tôi.

Lưu giữ Lời Chúa trước cơn bão.

Hãy chống lại mọi lời đề nghị đặt câu hỏi về lòng tốt hay thời điểm của Chúa.

Sống để làm vui lòng Chúa Thánh Thần, chứ không phải để làm vui lòng đám đông.

7. TÔI NÊN ÁP DỤNG như thế nào?

Dành riêng thời gian cầu nguyện vào buổi sáng và buổi tối làm thời gian "thuyền" của tôi.

Ghi nhớ một câu Kinh Thánh cho mỗi cám dỗ mà tôi thường gặp.

Đóng chặt những cánh cửa kỹ thuật số và cảm xúc đang tràn ngập tâm trí tôi bằng sự ô uế.

Hãy chọn sự công chính ngay cả khi điều đó khiến tôi phải đơn độc, giống như Nô-ê.

8. Khi nào tôi nên áp dụng?

Hiện nay.

Trận hồng thủy không đợi Nô-ê hoàn tất kế hoạch; ông phải bắt đầu xây dựng ngay lập tức.

Sự cám dỗ không bao giờ sắp xếp được các cuộc hẹn—nó đến khi chúng ta không chuẩn bị.

9. Sau khi tôi áp dụng, kết quả thế nào?

Sự bình yên đã thay thế nỗi sợ hãi.

Kinh thánh trở nên sống động trong những khoảnh khắc áp lực.

Thay vì phản ứng, tôi trả lời rằng "Đã có lời chép rồi".

Tinh thần của tôi mạnh mẽ hơn những xung động của tôi.

10. Lời chứng thực là gì?

Sự vâng lời đã xây dựng con tàu của tôi trước khi trời mưa.

Tôi học được rằng một câu Kinh Thánh được tin tưởng còn mạnh hơn ngàn nỗi sợ hãi.

Giống như Nô-ê, tôi khám phá ra rằng ân điển vẫn tìm thấy những ai bước đi với Chúa;

Giống như Chúa Jesus, tôi đã chứng minh rằng Lời Chúa vẫn chiến thắng trong sa mạc.

11. Hôm nay tôi có thể chia sẻ điều này với ai?

Một tín đồ trẻ tuổi bị áp lực văn hóa đè nặng.

Tôi sẽ nói với họ: "Hãy xây dựng sớm—đừng đợi đến lúc lũ lụt. Hãy rao giảng Lời Chúa trước cơn bão."

Tóm tắt thông tin chi tiết

Sáng thế ký 6 cảnh báo về sự tham nhũng dẫn đến sự phán xét.

Luca 4 tiết lộ phương thuốc chữa lành—Chúa Giê-su, Ngôi Lời hằng sống, chiến thắng mọi cám dỗ bằng lẽ thật được viết ra.

Trong khi Nô-ê đóng chiếc tàu bằng gỗ, Chúa Giê-su đóng chiếc tàu bằng lời nói.

Cả hai vẫn còn lưu lại đến ngày nay.

"Cỏ khô , hoa tàn ; nhưng lời của Đức Chúa Trời chúng ta sẽ còn mãi đời đời ." — Ê-sai 40: 8

SỐNG TRONG LỜI CHÚA — ĐƠN XIN MẪU 3

Xuất Ê-díp-tô Ký 14 và Công vụ 16
(Ví dụ về việc học hàng ngày bằng cách sử dụng các câu hỏi suy ngẫm)

1. ĐỨC CHÚA TRỜI ĐANG phán điều gì?

Xuất Ê-díp-tô Ký 14:

Chúa đang phán: "Hãy đứng yên và xem sự cứu rỗi của Ta."

Khi dân Ngài đến một vùng biển không thể vượt qua, Ngài đã chứng minh rằng sự không thể đó chính là sân khấu cho sự vinh quang của Ngài.

Ông ra lệnh chuyển động trong đức tin — " Hãy tiến lên." Nước chỉ rẽ ra khi có sự vâng lời.

Công vụ 16:

Chúa đang phán: "Hãy ngợi khen Ta vào lúc nửa đêm."

Phao-lô và Si-la bị đánh đập và xiềng xích, vẫn cầu nguyện và hát cho đến khi trời rung chuyển đất.

Cánh cửa mở ra không phải bằng nỗ lực mà bằng sự tôn thờ.

Chúa vẫn ngự trong lời ca ngợi của dân Ngài.

2. Chúa Giê-su đang nói gì?

Trong Xuất Ê-díp-tô Ký 14, Ngài là Đấng chỉ huy vô hình đứng giữa dân Y-sơ-ra-ên và kẻ thù—trụ mây và lửa.

Trong Công vụ 16, Ngài là Đấng Giải cứu biến nhà tù thành bục giảng.

Chúa Giê-su phán: "Đừng sợ. Khi con nâng Ta lên, xiềng xích sẽ rơi xuống."

3. Đức Thánh Linh đang phán điều gì?

Thánh Linh thì thầm: "Sự vâng lời mở ra biển cả; sự thờ phượng phá vỡ xiềng xích."

Anh ấy thúc giục tôi ngừng phân tích và bắt đầu tiến lên.

Ông dạy rằng đức tin và lời ngợi khen là ngôn ngữ của chiến thắng.

4. Nhà tiên tri, sứ đồ hoặc tác giả đang nói gì theo sự hướng dẫn của Đức Thánh Linh?

Moses ghi lại phép lạ ở Biển Đỏ để tiết lộ quyền năng của Chúa đối với thiên nhiên và các quốc gia.

Lu-ca viết Công vụ 16 để cho thấy rằng phúc âm không thể bị giam cầm.

Cả hai đều tuyên bố rằng hoàn cảnh có thể bao quanh những người tin Chúa, nhưng sự hiện diện của Chúa sẽ giải cứu họ.

5. Tôi đang học gì?

Sự hoảng loạn làm chậm lại phép lạ; sự vâng lời sẽ giải phóng chúng.

Chúa chiến đấu cho những ai đứng vững trong niềm tin.

Khen ngợi trong lúc đau đớn sẽ khiến kẻ thù bối rối hơn là hét vào mặt chúng.

Mỗi trở ngại đều ẩn chứa cơ hội để làm chứng.

6. Tôi được lệnh hoặc được dạy phải làm gì?

Tiến về phía trước ngay cả khi tôi không thể nhìn thấy con đường.

Khiếu nại thương mại để tôn thờ.

Hãy tin vào thời điểm của Chúa—Ngài có thể rẽ biển vào lúc nửa đêm dễ dàng như lúc bình minh.

Khuyến khích những người khác hát trong khi vẫn bị xích.

7. Tôi nên áp dụng như thế nào?

Khi nỗi sợ hãi dâng lên, hãy ngừng giải thích và bắt đầu tuyên bố lời hứa của Chúa.

Bắt đầu mỗi buổi sáng bằng một bài hát thờ phượng thay vì lo lắng.

Trong cơn khủng hoảng, hãy dừng lại và tự hỏi: "Chúa đang muốn tôi làm gì tiếp theo?"

Hãy giữ danh sách biết ơn như "sách bài hát" cá nhân của tôi.

8. Khi nào tôi nên áp dụng?

Ngay lập tức—đức tin bị trì hoãn là đức tin bị giảm sút.

Mỗi khoảnh khắc ở Biển Đỏ và mỗi lần di chuyển lúc nửa đêm đều đòi hỏi sự tin tưởng ngay lập tức.

9. Sau khi tôi áp dụng, kết quả thế nào?

Sự bình yên đã thay thế sự hoảng loạn.

Tôi bắt đầu nhìn thấy con đường của Chúa ở nơi mà trước đây tôi chỉ thấy áp lực.

Lời khen ngợi trong nước mắt đã mang lại những giải pháp bất ngờ; những bức tường mà tôi nghĩ là vĩnh cửu bắt đầu di chuyển.

10. Lời chứng thực là gì?

Sự vâng lời đã mở ra những cánh cửa không chìa khóa nào có thể mở được.

Khi tôi thờ phượng trong sự yếu đuối, tôi đã gặp được Đức Chúa Trời của sức mạnh.

Giống như dân Israel, tôi bước đi trên đất khô; giống như Phao-lô, tôi hát để thoát khỏi sự giam cầm.

Lời Chúa đã có hiệu lực.

11. Hôm nay tôi có thể chia sẻ điều này với ai?

Bất kỳ ai đứng trước biển cả mênh mông hoặc ngồi trong phòng giam im lặng.

Tôi sẽ nói với họ: "Hãy tiếp tục tiến bước. Hãy tiếp tục ca hát. Chúa vẫn rẽ biển khơi và lay chuyển ngục tù."

Tóm tắt thông tin chi tiết

Xuất Ê-díp-tô Ký 14 cho thấy sự vâng lời mang lại sự giải cứu bên ngoài.

Công vụ 16 cho thấy sự thờ phượng mang lại sự giải thoát nội tâm.

Cùng nhau, họ chứng minh rằng Đức Chúa Trời là Đấng phân chia nước nhưng vẫn phá vỡ xiềng xích.

Tự do không phải là không có rắc rối—mà là sự hiện diện của đức tin đầy nhiệt huyết ở giữa những rắc rối.

"Đức Giê-hô-va sẽ chiến đấu cho các ngươi, còn các ngươi hãy yên lặng." — Xuất Ê-díp - tô Ký 14:14

"Nửa đêm, Phao-lô và Si-la cầu nguyện và hát ngợi khen Đức Chúa Trời." — Công vụ 16:25

PHẦN KẾT LUẬN

"Ngài khiến các tôi tớ Ngài như ngọn lửa." — Hê-bơ-rơ 1: 7

Sự giải thoát không phải là kết thúc của cuộc hành trình; đó là cánh cửa dẫn đến vận mệnh.

Bốn mươi lời tuyên bố hàng ngày này không bao giờ có ý định kết thúc bằng thói quen thường ngày—chúng được thiết kế để khơi dậy một lối sống.

Bạn không chỉ cầu nguyện qua từng trang giấy; bạn đã xây dựng lại bàn thờ trong trái tim mình.

Bạn đã đổi nỗi sợ hãi lấy đức tin, sự yếu đuối lấy sự thờ phượng và sự bối rối lấy sự hiệp thông.

Bây giờ đến thử thách thực sự của chiến thắng: duy trì thông qua sự thân mật.

Hãy giữ ngọn lửa của bạn luôn cháy.

Chính kỷ luật đã thắp lên ngọn lửa này sẽ giữ cho nó luôn cháy.

Hãy nuôi dưỡng nó bằng Lời Chúa mỗi ngày; bảo vệ nó bằng sự vâng phục; truyền bá nó bằng tình yêu thương và sự phục vụ.

Kẻ thù mà bạn từng sợ giờ đây lại sợ ánh sáng mà bạn mang theo.

Bạn không còn là nạn nhân của chiến tranh nữa; bạn là sứ giả của Vua Chiến Binh.

Cùng một Thánh Linh đã khiến Chúa Jesus sống lại từ cõi chết, giờ đây ban sự sống cho thân thể hay chết của bạn, lấp đầy tâm trí bạn bằng sự bình an và tràn ngập ngôi nhà bạn bằng sự hiện diện của Ngài.

"Vì trước kia anh em còn tối tăm, nhưng bây giờ đã nên sáng láng trong Chúa. Hãy ăn ở như con cái sáng láng." — Ê-phê-sô 5: 8

Đừng ngoảnh lại. Đừng mở lại những cánh cửa mà ân điển đã đóng lại.

Bảo vệ hàng rào. Giữ cho đèn được cắt tỉa và cháy đều.

Và khi thử thách đến, hãy nhớ đến Chúa Giê-su trong sa mạc—Ngài đã trả lời mọi tiếng nói của bóng tối bằng câu "Có lời chép rằng."

Hãy giữ cho thanh kiếm của bạn luôn sắc bén trong miệng.

Ủy ban của bạn

1. Luôn ghi nhớ Lời Chúa – Kinh Thánh là oxy của bạn; hãy hít thở nó mỗi ngày.

2. Duy trì tình bạn – Sự cô lập làm ngọn lửa yếu đi; sự hiệp nhất làm ngọn lửa bùng cháy.

3. Luôn biết ơn – Lễ Tạ ơn giúp cánh cổng thiên đường mở ra.

4. Tiếp tục làm nhiệm vụ – Bạn không được giao nhiệm vụ để ngồi; bạn được giao nhiệm vụ để phục vụ.

Đức Chúa Trời là Đấng đã bắt đầu công việc thanh tẩy này sẽ hoàn thiện nó.

Bây giờ bạn là bàn thờ sống—nơi ở của Ngài, chứng nhân của Ngài, ngọn lửa của Ngài.

Hãy lên tiếng và tuyên bố với đức tin:

"Lạy Chúa, con thuộc về Ngài—thể xác, linh hồn và tinh thần.

Xin lửa của Chúa đừng bao giờ tắt trên bàn thờ của con.

Xin hãy dùng cuộc đời con để soi sáng cho những người khác cho đến khi các dân tộc thấy được vinh quang của Ngài."

A-men.

Làm thế nào để được tái sinh và bắt đầu một cuộc sống mới với Chúa Kitô

Có thể bạn đã từng đồng hành cùng Chúa Giê-su, hoặc có thể bạn chỉ vừa mới gặp Ngài trong 40 ngày này. Nhưng ngay lúc này, có điều gì đó bên trong bạn đang trỗi dậy.

Bạn đã sẵn sàng cho nhiều thứ hơn là tôn giáo.

Bạn đã sẵn sàng cho **một mối quan hệ** .

Bạn đã sẵn sàng để nói: "Chúa Giê-su ơi, con cần Ngài."

Sự thật là:

"Vì mọi người đều đã phạm tội; chúng ta thảy đều thiếu mất tiêu chuẩn vinh quang của Đức Chúa Trời... nhưng Đức Chúa Trời, trong ân điển của Ngài, đã khiến chúng ta trở nên công chính trước mặt Ngài cách nhưng không."

— Rô-ma 3:23–24 (Bản Dịch Mới)

Bạn không thể tự cứu mình.

Bạn không thể sửa đổi bản thân. Nhưng Chúa Giê-su đã trả giá đầy đủ — và Ngài đang chờ đợi để chào đón bạn trở về nhà.

Làm thế nào để được tái sinh

Được tái sinh có nghĩa là đầu phục cuộc đời bạn cho Chúa Giê-su — chấp nhận sự tha thứ của Ngài, tin rằng Ngài đã chết và sống lại, và tiếp nhận Ngài làm Chúa và Cứu Chúa của bạn.

Thật đơn giản. Thật mạnh mẽ. Nó thay đổi mọi thứ.

Hãy cầu nguyện lớn tiếng:

"Lạy Chúa Jêsus, con tin Ngài là Con Đức Chúa Trời.

Con tin Ngài đã chết vì tội lỗi con và đã sống lại. Con thú nhận rằng con đã phạm tội và con cần sự tha thứ của Ngài. Hôm nay, con ăn năn và từ bỏ đường lối cũ. Con mời Ngài ngự vào đời sống con để làm Chúa và Cứu Chúa của con. Xin hãy rửa sạch con. Xin đổ đầy Thánh Linh Ngài vào con. Con tuyên bố rằng con đã được tái sinh, được tha thứ và được tự do. Từ nay

trở đi, con sẽ theo Ngài — và con sẽ sống theo bước chân Ngài. Cảm tạ Ngài đã cứu con. Nhân danh Chúa Jêsus, A-men."

Những bước tiếp theo sau khi được cứu rỗi

1. **Nói với ai đó** – Chia sẻ quyết định của bạn với một người có đức tin mà bạn tin tưởng.
2. **Tìm một Hội Thánh dựa trên Kinh Thánh** – Tham gia một cộng đồng dạy và sống Lời Chúa. Truy cập các mục vụ của God's Eagle trực tuyến qua https://www.otakada.org [1]hoặc https://chat.whatsapp.com/H67spSun32DDTma8TLh0ov
3. **Làm lễ rửa tội** – Thực hiện bước tiếp theo để công khai tuyên bố đức tin của bạn.
4. **Đọc Kinh Thánh hằng ngày** – Bắt đầu với Phúc Âm theo Thánh Gioan.
5. **Cầu nguyện mỗi ngày** – Hãy nói chuyện với Chúa như một người bạn và một người Cha.
6. **Giữ kết nối** – Hãy ở bên những người khuyến khích bạn theo đuổi con đường mới.
7. **Bắt đầu quá trình môn đồ hóa trong cộng đồng** – Phát triển mối quan hệ một-một với Chúa Jesus Christ thông qua các liên kết này

Chương trình môn đồ hóa 40 ngày 1 - https://www.otakada.org/get-free-40-days-online-discipleship-course-in-a-journey-with-jesus/

40 Đệ tử 2 - https://www.otakada.org/get-free-40-days-dna-of-discipleship-journey-with-jesus-series-2/

1. https://www.otakada.org

Khoảnh khắc cứu rỗi của tôi

Ngày : ____________________________

Chữ ký : ________________________

"Nếu ai ở trong Đấng Christ, người ấy là người dựng nên mới; những gì cũ đã qua đi, nầy mọi sự đều trở nên mới!"

— 2 Cô-rinh-tô 5:17

Giấy chứng nhận cuộc sống mới trong Chúa Kitô

Tuyên bố Cứu rỗi – Tái sinh bởi Ân điển

Điều này chứng nhận rằng

____

(Họ và tên đầy đủ)

đã công khai tuyên bố **đức tin vào Chúa Giê-su Christ**

là Chúa và Cứu Chúa và đã nhận được món quà cứu rỗi miễn phí qua sự chết và sự phục sinh của Ngài.

"Nếu anh em công khai tuyên xưng Đức Chúa Jêsus là Chúa và tin trong lòng rằng Đức Chúa Trời đã khiến Ngài từ cõi chết sống lại, thì anh em sẽ được cứu."

— Rô-ma 10:9 (Bản Dịch Mới)

Vào ngày này, thiên đàng hân hoan và một hành trình mới bắt đầu.

Ngày quyết định : ________________________

Chữ ký : ______________________________

Tuyên bố cứu rỗi

"Hôm nay, tôi dâng hiến cuộc đời mình cho Chúa Giê-su Christ.

Tôi tin Ngài đã chết vì tội lỗi tôi và đã sống lại. Tôi xin nhận Ngài làm Chúa và Cứu Chúa của tôi. Tôi được tha thứ, được tái sinh và được đổi mới. Từ giờ phút này trở đi, tôi sẽ bước theo dấu chân Ngài."

Chào mừng đến với Gia đình của Chúa!

Tên của bạn đã được ghi trong Sách Sự Sống của Chiên Con.

Câu chuyện của bạn chỉ mới bắt đầu — và nó là vĩnh cửu.

KẾT NỐI VỚI GOD'S EAGLE MINISTRIES

- Trang web: www.otakada.org[1]
- Chuỗi bài viết về Sự giàu có vượt qua lo lắng: www.wealthbeyondworryseries.com[2]
- Email: ambassador@otakada.org

- **Hỗ trợ công việc này:**

Hỗ trợ các dự án, sứ mệnh của vương quốc và các nguồn tài nguyên toàn cầu miễn phí thông qua việc đóng góp theo giao ước.

Quét mã QR để quyên góp

https://tithe.ly/give?c=308311

Sự hào phóng của bạn giúp chúng tôi tiếp cận nhiều tâm hồn hơn, chuyển giao tài nguyên, hỗ trợ các nhà truyền giáo và xây dựng hệ thống môn đồ hóa trên toàn cầu. Cảm ơn bạn!

1. https://www.otakada.org

2. https://www.wealthbeyondworryseries.com

Give in the Spirit of Luke 6:38

3. THAM GIA CỘNG ĐỒNG WhatsApp Covenant của chúng tôi

Nhận thông tin cập nhật, nội dung sùng đạo và kết nối với những tín đồ có tinh thần giao ước trên toàn thế giới.

Quét để tham gia

https://chat.whatsapp.com/H67spSun32DDTma8TLh0ov

Giới thiệu về tác giả

Zacharias Godseagle

Zacharias Godseagle là một tiếng nói tiên tri và một giáo viên với niềm đam mê mang Lời Chúa vào lòng các tín hữu. Được biết đến với những hiểu biết sâu sắc về chiến tranh tâm linh, cầu nguyện và sự giải cứu, ông là tác giả của nhiều bài suy ngẫm và hướng dẫn tiên tri truyền cảm hứng cho sự biến đổi trong cá nhân, gia đình và quốc gia. Các bài viết của ông nhấn mạnh việc áp dụng Kinh Thánh thực tế để chiến thắng mỗi ngày và mở rộng vương quốc.

Comfort Ladi Ogbe

Comfort Ladi Ogbe là một người phụ nữ của cầu nguyện, cầu thay và mục vụ thực tế. Cô đã cống hiến cả cuộc đời mình để nuôi dưỡng tâm hồn, tìm kiếm những người cầu thay, và trang bị cho phụ nữ và gia đình sống trọn vẹn cả tâm hồn, linh hồn và thể xác. Công việc giảng dạy và chăm sóc mục vụ của cô phản ánh một tấm lòng trắc ẩn, lôi kéo mọi người vào vòng tay chữa lành của Chúa Kitô và trao quyền cho họ khám phá vận mệnh mà Chúa đã ban cho họ.

Đại sứ Monday O. Ogbe

Đại sứ Monday O. Ogbe là một **Chiến lược gia Chuyển đổi Quốc gia** , mục sư và cố vấn, người kết nối đức tin, quản trị và chiến lược an ninh. Ông là người sáng lập **God's Eagle Ministries (GEM)** và đã đóng vai trò quan trọng trong việc phát triển các kế hoạch quốc gia về lãnh đạo, an ninh và chuyển đổi, dựa trên các nguyên tắc của vương quốc. Các bài viết và lời dạy của ông kêu gọi các tín đồ vươn lên thành những nhà cải cách, tái thiết quốc gia thông qua sự hiểu biết sâu sắc, công nghệ và hợp tác, đồng thời vẫn bám chặt vào sự cầu nguyện và chiến đấu tâm linh.

Nhà xuất bản

Cuốn sách này được xuất bản dưới sự bảo trợ chung của **Zacharias Godseagle** và **God's Eagle Ministries (GEM)** , một mục vụ chuyên trang bị cho Thân thể Đấng Christ những công cụ để môn đồ hóa, giải cứu và biến đổi các quốc gia.

SÁCH & TÀI NGUYÊN ĐƯỢC ĐỀ XUẤT

Được cứu nhưng lạc lối – Người cải đạo chưa được dạy dỗ – được dịch sang 25 ngôn ngữ

Bìa mềm
https://shop.ingramspark.com/b/084?params=iYNB6S3PLMfREpm0jMM15bMe3BvWlkjcYyLYnHVGAds
Sách điện tử - https://www.amazon.com/SAVED-BUT-LOST-UNDISCIPLED-heartbreak-ebook/dp/B0FVJ29DF7

7 NGÀY CHIẾN TRANH TÂM LINH & PHỤC HỒI - đây là Phần 1

Trói buộc kẻ thù, trả lại bảy mũi tên và khôi phục vận mệnh của bạn

https://shop.ingramspark.com/b/084?params=8mPzqUl73Ex7uPyeO7ydyt8EGkkB6u2gX1jZvWU8j1C

Liên kết sách điện tử - https://www.amazon.com/DAYS-SPIRITUAL-WARFARE-RECOVERY-Returning-ebook/dp/B0FMPJM5KZ

7 NGÀY CHIẾN TRANH & PHỤC HỒI TÂM LINH - Phần 2 - Ấn chứng chiến thắng, phá vỡ sự gian ác trong gia đình và bảo vệ vận mệnh được phục hồi của bạn

BÌA MỀM - https://shop.ingramspark.com/b/084?params=LkpNmGSsApHhWhiSO7bW3wFmcXQKIO4ZEBeSbP5rL1S

Sách điện tử - https://www.amazon.com/DAYS-SPIRITUAL-WARFARE-RECOVERY-Wickedness-ebook/dp/B0FR9YCMY8

TỪ BÓNG TỐI ĐẾN QUYỀN THỐNG TRỊ: 40 ngày để thoát khỏi sự kìm kẹp của bóng tối

Một sự sùng kính toàn cầu về nhận thức, giải thoát và sức mạnh - Dành cho các cá nhân, gia đình và quốc gia sẵn sàng được tự do

BÌA MỀM

https://shop.ingramspark.com/b/084?params=aVgp21QfwJxNANkfMxIQ0yejuFCVY12KFr978SRkZUD

Amazon - https://www.amazon.com/DARKNESS-DOMINION-Devotional-Awareness-Deliverance-ebook/dp/B0FLDH2Y67

- *Giải thoát khỏi quyền lực bóng tối* **(Bìa mềm)** — Mua tại đây [1]| Sách điện tử [2]trên Amazon[3]

- **Đánh giá hàng đầu từ Hoa Kỳ:**
    - **Khách hàng Kindle** : "Cuốn sách Cơ đốc giáo hay nhất từ trước đến nay!" (5 sao)

NGỢI KHEN CHÚA GIÊ-su vì lời chứng này. Tôi đã được ban phước rất nhiều và muốn giới thiệu cho mọi người đọc cuốn sách này... Vì tiền công của tội lỗi là sự chết, nhưng ân điển của Đức Chúa Trời là sự sống đời đời. Shalom! Shalom!

- **Da Gster** : "Đây là một cuốn sách rất thú vị và khá kỳ lạ." (5 sao)

Nếu những gì được nói trong sách là đúng thì chúng ta thực sự đang tụt hậu rất xa so với những gì kẻ thù có thể làm! ... Đây là điều cần thiết cho bất kỳ ai muốn tìm hiểu về chiến tranh tâm linh.

1. https://shop.ingramspark.com/b/084?params=oeYbAkVTC5ao8PfdVdzwko7wi6IQimgJY2779NaqG4e
2. https://www.amazon.com/Delivered-Power-Darkness-AFRICAN-DELIVERED-ebook/dp/B0CC5MM4MV
3. https://www.amazon.com/Delivered-Power-Darkness-AFRICAN-DELIVERED-ebook/dp/B0CC5MM4MV

- **Visa** : "Tôi thích cuốn sách này" (5 sao)

Đây là một sự thật mở mang tầm mắt... một lời thú nhận chân thành... Gần đây tôi đã tìm kiếm nó khắp nơi để mua. Thật vui khi mua được nó trên Amazon.

- **FrankJM** : "Khá khác biệt" (4 sao)

Cuốn sách này nhắc tôi nhớ về cuộc chiến tâm linh thực sự. Nó cũng gợi nhớ đến lý do cần phải mặc lấy "Toàn bộ Giáp Trụ của Đức Chúa Trời".

- **JenJen** : "Tất cả những ai muốn lên Thiên đường hãy đọc bài này!" (5 sao)

Cuốn sách này đã thay đổi cuộc đời tôi rất nhiều. Cùng với lời chứng của John Ramirez, nó sẽ khiến bạn nhìn nhận đức tin của mình theo một cách khác. Tôi đã đọc nó 6 lần rồi!

- *Cựu tín đồ Satan: The James Exchange* (Bìa mềm) — Mua tại đây [4]| Sách điện tử [5]trên Amazon[6]

4. https://shop.ingramspark.com/b/084?params=I2HNGtbqJRbal8OxU3RMTApQsLLxcUCTC8zUdzDy0W1
5. https://www.amazon.com/JAMESES-Exchange-Testimony-High-Ranking-Encounters-ebook/dp/B0DJP14JLH
6. https://www.amazon.com/JAMESES-Exchange-Testimony-High-Ranking-Encounters-ebook/dp/B0DJP14JLH

- ***LỜI CHỨNG CỦA MỘT NGƯỜI PHI CŨ THEO ĐỒNG TÔN GIÁO SATAN** - Mục sư JONAS LUKUNTU MPALA* (Bìa mềm) — Mua tại đây [7]| Sách điện tử [8]trên Amazon[9]

- *Greater Exploits 14* (Bìa mềm) — Mua tại đây [10]| Sách điện tử [11]trên Amazon[12]

7. https://shop.ingramspark.com/b/084?params=0Aj9Sze4cYoLM5OqWrD20kgknXQQqO5AZYXcWtoMqWN
8. https://www.amazon.com/TESTIMONY-African-EX-SATANIST-Pastor-Jonas-ebook/dp/B0DJDLFKNR
9. https://www.amazon.com/TESTIMONY-African-EX-SATANIST-Pastor-Jonas-ebook/dp/B0DJDLFKNR
10. https://shop.ingramspark.com/b/084?params=772LXinQn9nCWcgq572PDsqPjkTJmpgSqrp88b0qzKb
11. https://www.amazon.com/Greater-Exploits-MYSTERIOUS-Strategies-Countermeasures-ebook/dp/B0CGHYPZ8V
12. https://www.amazon.com/Greater-Exploits-MYSTERIOUS-Strategies-Countermeasures-ebook/dp/B0CGHYPZ8V

- *Out of the Devil's Cauldron* của John Ramirez — Có sẵn trên Amazon[13]
- *Ngài Đến Để Giải Thoát Những Kẻ Bị Tù* của Rebecca Brown — Tìm trên Amazon[14]

CÁC CUỐN SÁCH KHÁC do tác giả xuất bản – Hơn 1000 đầu sách

Được yêu thương, được chọn lựa và trọn vẹn : Hành trình 30 ngày từ sự từ chối đến **sự phục hồi** được dịch sang 40 ngôn ngữ trên thế giới

https://www.amazon.com/Loved-Chosen-Whole-Rejection-Restoration-ebook/dp/B0F9VSD8WL

https://shop.ingramspark.com/b/084?params=xga0WR16muFUwCoeMUBHQ6HwYjddLGpugQHb3DVa5hE

13. https://www.amazon.com/Out-Devils-Cauldron-John-Ramirez/dp/0985604306

14. https://www.amazon.com/He-Came-Set-Captives-Free/dp/0883683239

Loved, Chosen
and Whole
A 30-Day Journey
from Rejection to
Restoration

THEO BƯỚC CHÂN NGÀI — Thử Thách WWJD 40 Ngày:

Sống như Chúa Jesus trong những câu chuyện có thật trên khắp thế giới

https://www.amazon.com/His-Steps-Challenge-Real-Life-Stories-ebook/dp/B0FCYTL5MG

https://shop.ingramspark.com/b/084?params=DuNTWS59IbkvSKtGFbCbEFdv3Zg0FaITUEvlK49yLzB

CHÚA GIÊSU Ở CỬA:

40 Câu chuyện đau lòng và Lời cảnh báo cuối cùng của Thiên đàng dành cho các nhà thờ NGÀY NAY

https://www.amazon.com/dp/B0FDX31L9F

https://shop.ingramspark.com/b/084?params=TpdA5j8WPvw83glJ12N1B3nf8LQte2a1lIEy32bHcGg

ĐỜI SỐNG GIAO ƯỚC: 40 Ngày Bước Đi Trong Phước Lành của Phục Truyền Luật Lệ Ký 28

- **https://www.amazon.com/dp/B0FFJCLDB5**

Những câu chuyện từ những con người thực, sự vâng lời thực và sự https://shop.ingramspark.com/b/084?params=bH3pzfz1zdCOLpbs7tZYJNYgGcYfU32VMz3J3a4e2Qt

CHUYỂN ĐỔI TRÊN 20 ngôn ngữ

BIẾT CÔ ẤY & BIẾT ANH ẤY:

40 ngày để chữa lành, thấu hiểu và có được tình yêu bền vững

HTTPS://WWW.AMAZON.com/KNOWING-HER-HIM-Healing-Understanding-ebook/dp/B0FGC4V3D9[15]

https://shop.ingramspark.com/b/084?params=vC6KCLoI7Nnum24BVmBtSme9i6k59p3oynaZOY4B9Rd

HOÀN CHỈNH, KHÔNG CẠNH TRANH:

Hành trình 40 ngày hướng tới mục đích, sự đoàn kết và hợp tác

15. https://www.amazon.com/KNOWING-HER-HIM-Healing-Understanding-ebook/dp/B0FGC4V3D9

HTTPS://SHOP.INGRAMSPARK.com/b/084?params=5E4v1tHgeTqOOuEtfTYUzZDzLyXLee30cqYo0Ov9941[16]

https://www.amazon.com/COMPLETE-NOT-COMPETE-Journey-Collaboration-ebook/dp/B0FGGL1XSQ/

MÃ SỐ SỨC KHỎE THIÊNG LIÊNG - 40 Chìa khóa hàng ngày để kích hoạt sự chữa lành thông qua Lời Chúa và sự sáng tạo Mở khóa sức mạnh chữa lành của thực vật, lời cầu nguyện và hành động tiên tri

16. https://shop.ingramspark.com/b/084?params=5E4v1tHgeTqOOuEtfTYUzZDzLyXLee30cqYo0Ov9941

HTTPS://SHOP.INGRAMSPARK.com/b/
084?params=xkZMrYcEHnrJDhe1wuHHYixZDViiArCeJ6PbNMTbTux[17]
https://www.amazon.com/dp/B0FHJT42TK

BẠN CÓ THỂ TÌM THẤY những cuốn sách khác trên trang tác giả https://www.amazon.com/stores/Ambassador-Monday-O.-Ogbe/author/B07MSBPFNX

17. https://shop.ingramspark.com/b/084?params=xkZMrYcEHnrJDhe1wuHHYixZDViiArCeJ6PbNMTbTux

www.ingramcontent.com/pod-product-compliance
Lightning Source LLC
LaVergne TN
LVHW051024051026
849532LV00004BA/1368